ਜੜ੍ਹਾਂ

ਅਮਰਜੀਤ ਚੰਦਨ ਦੀਆਂ ਛਪੀਆਂ ਹੋਰ ਕਿਤਾਬਾਂ:

ਕਵਿਤਾਵਾਂ

ਕੌਣ ਨਹੀਂ ਚਾਹੇਗਾ (1975)
ਕਵਿਤਾਵਾਂ (1985)
Being Here (1993, 1997, 2005)
ਬੀਜਕ (1996)
॥ਛੰਨਾ॥ (1998)
ਗੁੱਥਲੀ: ਇਕੋਤਰ ਸੌ ਚੋਣਵੀਆਂ ਕਵਿਤਾਵਾਂ
(1999, ਲਹੌਰ ਛਪੀ)
ਗੁੜ੍ਹਤੀ (2000)
ਅਨਾਰਾਂ ਵਾਲ਼ਾ ਵਿਹੜਾ: ਚੁਰਾਸੀ ਚੋਣਵੀਆਂ ਕਵਿਤਾਵਾਂ
(2002, ਲਹੌਰ ਛਪੀ)
ਅੰਨਜਲ (2006)
ਪੈਂਤੀ: ਚੋਣਵੀਂ ਕਵਿਤਾ (2009)
Sonata for Four Hands (2010)
ਪ੍ਰੇਮ ਕਵਿਤਾਵਾਂ: ਚੋਣਵੀਂ ਕਵਿਤਾ (2012)
ਪਰਦੇਸੀ ਢੋਲਾ:ਚੋਣਵੀਂ ਕਵਿਤਾ (2013)
ਲੰਮੀ ਲੰਮੀ ਨਦੀ ਵਹੈ:ਚੋਣਵੀਂ ਕਵਿਤਾ (2014)
ਸੱਚੀ ਟਕਸਾਲ:ਚੋਣਵੀਂ ਕਵਿਤਾ (2016)
The Parrot The Horse & The Man (2016)
ਏਹ ਕਾਗਦ ਨਹੀਂ ਹੈ:ਗਦਰ ਚੋਣਵੀਂ ਰਚਨਾ (2020)
ਰਿਜ਼ਕ (2021)

ਲੇਖ

ਫੈਲਸੂਫੀਆਂ (1991, 2001)
ਨਿਸ਼ਾਨੀ (1997)
ਨੁਕਤਾ: ਚੋਣਵੇਂ ਲੇਖ (2007, ਲਹੌਰ ਛਪੀ)
ਪੋਟਲੀ: ਚੋਣਵੇਂ ਲੇਖ (2009)
ਲਿਖਤਮ ਪੜਤਮ: ਚੋਣਵੇਂ ਲੇਖ (2009, ਲਹੌਰ ਛਪੀ)
ਲਿਖਤ ਪੜਤ (2013, 2014)
ਲਿਖਜਤੇ (2023)

ਜੜ੍ਹਾਂ

ਅਮਰਜੀਤ ਚੰਦਨ

SHABDLOK

JARHĀN
Poems in Punjabi
by Amarjit Chandan

First Published 1995. Reprints 1998, 2006
The moral rights of the author have been asserted

ISBN: 978-93-91774-10-3

© ਅਮਰਜੀਤ ਚੰਦਨ, 2023

ਅਮਰਜੀਤ ਚੰਦਨ ਆਪਣੇ ਪੁਤਰ ਸੁਕਾਂਤ ਦੀ ਨਜ਼ਰ ਵਿਚ. 1983

ਸਰਵਰਕ ਦੀ ਤਸਵੀਰ ਗੁੱਜਰਾਂਵਾਲ਼ੇ ਦੀ ਆਸੀਆ ਦੀ ਬਣਾਈ ਹੋਈ;
ਫ਼ੋਟੋਕਾਰ ਅਕਰਮ ਵੜੈਚ
ਵਿਉਂਤ: ਗੁਰਵਿੰਦਰ ਸਿੰਘ, ਨਵਜੀਤ ਕੌਰ

ਧਨੀਰਾਮ ਚਾਤ੍ਰਿਕ ਫ਼ੌਂਟ ਚ ਅੱਖਰ ਬੀੜਨ ਦਾ ਕੰਮ ਕਰਤੇ ਨੇ ਆਪ ਕੀਤਾ

Printed and published by
Shabdlok Publications
Ludhiana Punjab India 141003
Shabdlok.com
shabdlokpublications@gmail.com

ਉਨ੍ਹਾਂ ਦੇ ਨਾਂ
ਜਿਨ੍ਹਾਂ ਸਦਕਾ ਮੈਂ ਇਹ ਕਵਿਤਾਵਾਂ ਲਿਖੀਆਂ

"put all the images in language in a place of safety and make use
of them, for they are in the desert, and it's in the desert that we
must go and look for them."

— Jean Genet, *Prisoner of Love*

ਚਿਣਾਈ

ਤਿੰਨ ਪੋਸਟਰ ਕਵਿਤਾਵਾਂ

ਅੰਤਿਕਾ

ਪੇਸ਼ਲਫ਼ਜ਼

ੴ

ਅਮਰਜੀਤ ਚੰਦਨ ਲਈ ਜਲਾਵਤਨੀ ਸਿਰਫ਼ ਜੁਗਰਾਫ਼ੀਏ ਦਾ ਸਫ਼ਰ ਨਹੀਂ ਸੀ। ਇਹਨੇ ਦੂਸਰੇ ਮੁਲਕ ਵਿਚ ਰਹਿਣ ਦੇ ਵੇਲੇ ਨੂੰ ਉਦਰੇਵੇਂ ਦੇ ਰੰਗ ਨਾਲ ਨਹੀਂ ਰੰਗਿਆ ਤੇ ਨਾ ਹੀ ਇਹਨੇ ਹੰਸ ਦੀ ਚਾਲ ਚੱਲਣ ਦੀ ਕੋਸ਼ਿਸ਼ ਕੀਤੀ। ਵਤਨ ਵਿਚ ਇਹਨੇ ਕਾਇਨਾਤ, ਦੁਨੀਆ ਤੇ ਹਯਾਤੀ ਨੂੰ ਵੇਖਣ ਤੇ ਸਮਝਣ ਤੇ ਫੇਰ ਉਹਨੂੰ ਅਪਣੀ ਮਰਜ਼ੀ ਮੁਤਾਬਿਕ ਬਦਲਣ ਲਈ ਜਿਸ ਫ਼ਲਸਫ਼ੇ ਦਾ ਲੜ ਫੜਿਆ ਸੀ, ਵਤਨ ਤੋਂ ਨਿਕਲ ਕੇ ਇਸਨੇ ਉਸ ਫ਼ਲਸਫ਼ੇ 'ਤੇ ਤਾਜ਼ਾ ਝਾਤੀ ਪਾਈ। ਕਿਸੇ ਵੀ ਬੰਦੇ ਵਾਸਤੇ ਉਨ੍ਹਾਂ ਆਦਰਸ਼ਾਂ ਤੇ ਕਦਰਾਂ ਨੂੰ ਜਜ਼ਬਾਤੀ ਹੋਏ ਬਗੈਰ ਵੇਖਣਾ ਬੜਾ ਮੁਸ਼ਕਿਲ ਹੁੰਦਾ ਏ, ਜਿਨਾਂ ਦੇ ਸਿਰ 'ਤੇ ਬੰਦੇ ਨੇ ਹਯਾਤੀ ਗੁਜ਼ਾਰੀ ਹੋਵੇ। ਖ਼ਾਸ ਤੌਰ 'ਤੇ ਜਦੋਂ ਉਨ੍ਹਾਂ ਦੇ ਨਾਲ ਅੱਛਾਈ ਤੇ ਸੁੰਦਰਤਾ ਦੀ ਖ਼ਾਤਿਰ ਦੁਨੀਆ ਨੂੰ ਬਦਲਣ ਦੀ ਰੁਮਾਨੀਅਤ ਵੀ ਹੋਵੇ। ਉਨ੍ਹਾਂ ਦੇ ਨਾਲ ਉਹਦੇ ਸੰਗੀ-ਸਾਥੀ ਜੁੜੇ ਹੁੰਦੇ ਨੇ; ਉਹ ਥਾਂ ਤੇ ਵੇਲੇ ਨਾਲ ਬੱਝੇ ਹੁੰਦੇ ਨੇ, ਜਿਨ੍ਹਾਂ ਵਿਚ ਉਹ ਹਯਾਤੀ ਲੰਘੀ ਸੀ; ਤੇ ਏਸ ਕਰਕੇ ਉਨ੍ਹਾਂ ਸਾਰੀਆਂ ਚੀਜ਼ਾਂ ਨੂੰ ਤਕਨੀਕੀ ਤਰੀਕੇ ਨਾਲ ਵੇਖਣਾ ਬੜਾ ਮੁਸ਼ਕਿਲ ਹੁੰਦਾ ਏ। ਪਰ ਚੰਦਨ ਨੇ ਏਸ ਔਖੇ ਇਮਤਿਹਾਨ ਨੂੰ ਮਿਹਨਤ ਨਾਲ ਪਾਸ ਕਰਨ ਦੀ ਕੋਸ਼ਿਸ਼ ਕੀਤੀ ਏ। ਚੰਦਨ ਦੀ ਪਹਿਲੀ ਸੋਚ ਇਨਸਾਨਦੋਸਤੀ ਦੀ ਖ਼ਾਸ ਤਾਬੀਰ ਸੀ। ਅੱਜ ਇਹ ਇਨਸਾਨਦੋਸਤੀ ਦੇ ਸਭ ਤੋਂ ਜ਼ਿਆਦਾ ਵਿਸ਼ਾਲ ਮਾਅਨਿਆਂ ਵਿਚ ਯਕੀਨ ਰਖਦਾ ਏ, ਜਿਸ ਵਿਚ ਦੋਸਤ ਤੇ ਦੁਸ਼ਮਣ ਦੋ ਵੱਖਰੇ ਧੜੇ ਹੁੰਦਿਆਂ ਵੀ ਉਹਦੇ ਕੰਪੈਸ਼ਨ (ਕਰੁਣਾ) ਦੀ ਛਾਂ ਥੱਲੇ ਆ ਜਾਂਦੇ ਨੇ।

ਇਸ ਕਿਤਾਬ ਦੀਆਂ ਬਹੁਤੀਆਂ ਕਵਿਤਾਵਾਂ ਮੈਂ ਲਿਖ ਹੁੰਦੀਆਂ ਵੇਖੀਆਂ ਨੇ; ਮੈਂ ਇਨ੍ਹਾਂ ਦਾ ਪਿਛੋਕਾ ਵੀ ਜਾਣਦਾ ਹਾਂ। 'ਜੜ੍ਹਾਂ' ਨਾਂ ਵਾਲੀ ਕਵਿਤਾ ਪੜ੍ਹਦਿਆਂ ਤੇ ਸੁਣਦਿਆਂ ਮੈਨੂੰ ਇਹ ਅਹਿਸਾਸ ਹੋਇਆ ਕਿ ਅਸੀਂ ਆਮ ਚਲੰਤ ਸ਼ਾਇਰੀ ਵਾਲੀ ਚੀਜ਼ ਵਿੱਚੋਂ ਨਹੀਂ ਗੁਜ਼ਰ ਰਹੇ। ਸਗੋਂ ਇਹਦੀ ਸ਼ਾਇਰੀ ਵਿਚ ਸਾਨੂੰ ਨਸਰ ਵਾਲਾ ਸਿੱਧਾਪਨ (ਡਾਇਰੈਕਟਨੈੱਸ) ਨਜ਼ਰ ਆਉਂਦਾ ਏ। ਚੰਦਨ ਪੂਰੀ ਕੋਸ਼ਿਸ਼ ਕਰਦਾ ਏ ਕਿ ਕਲੀਸ਼ੇ ਤੋਂ ਬਚੇ ਤੇ ਏਸ ਕਰਕੇ ਇਹਦੀ ਸ਼ਾਇਰੀ ਵਿਚ ਤਸ਼ਬੀਹ ਦਾ ਵਰਤਾਵਾ ਬੜਾ ਘਟ ਨਜ਼ਰ ਆਉਂਦਾ ਏ। ਜੇ ਕਿਤੇ ਤਸ਼ਬੀਹ ਵਰਤੇ ਵੀ, ਤਾਂ ਆਮ ਸ਼ਾਇਰੀ ਤੋਂ ਉਲਟ ਠੋਸ (ਕੰਕਰੀਟ) ਨੂੰ ਅਮੂਰਤ (ਐਬਸਟ੍ਰੈਕਟ) ਨਾਲ ਤਸ਼ਬੀਹ ਦਿੰਦਾ ਏ। ਪਰ ਇਹਦੀ ਕਵਿਤਾ ਵਿਚ ਮੈਟਾਫ਼ਰ ਜ਼ਰੂਰ ਹੁੰਦਾ ਏ, ਜੋ ਕਿ ਸ਼ਾਇਰੀ ਦੀ ਜਿੰਦਜਾਨ ਹੁੰਦੀ ਏ। ਤੁਹਾਨੂੰ ਚੰਦਨ ਦੀ ਹੁਣ ਵਾਲੀ ਸ਼ਾਇਰੀ ਵਿਚ ਖ਼ਾਸ ਕਿਸਮ ਦੀ ਸਾਦਗੀ (ਔਸਟੀਐਰਿਟੀ) ਨਜ਼ਰ ਆਵੇਗੀ, ਜਿਹੜੀ ਕਿ ਯੁਨਾਨੀ ਕਲਾਸਕੀ ਤਸੱਵਰ 'ਤੇ ਪੂਰਾ ਉਤਰਦੀ ਏ; ਐਸੀ ਸਾਦਗੀ ਜਿਹੜੀ ਬਗੈਰ ਸਾਨੂੰ ਦੱਸਿਆਂ ਸਾਡੀ ਚਮੜੀ ਵਿੱਚੀਂ ਲੰਘ ਕੇ ਸਾਡੇ ਜਿਸਮ ਵਿਚ ਸਰਾਇਤ ਕਰਦੀ ਜਾਂਦੀ ਏ ਤੇ ਫੇਰ ਸਾਨੂੰ ਛੇੜਦੀ ਏ। ਇਕ ਪਾਸੇ ਬੰਦਾ ਸੁੰਦਰਤਾ ਦੀ ਵਾਰਦਾਤ ਚੋਂ ਲੰਘ ਰਿਹਾ ਹੁੰਦਾ ਏ ਤੇ ਦੂਜੇ ਪਾਸੇ ਉਹ ਇਹ ਨਹੀਂ ਦਸ ਸਕਦਾ ਕਿ ਇਹ ਸੁੰਦਰਤਾ ਕਿੱਥੋਂ ਆਈ ਏ। ਇਹਦੇ ਨਾਲ ਚੰਦਨ ਦੀ ਇਹ ਵੀ ਕੋਸ਼ਿਸ਼ ਏ ਕਿ ਕਵਿਤਾ ਦਾ ਰਿਦਮ ਉਹਦੇ ਮਾਅਨਿਆਂ ਤੋਂ ਧਿਆਨ ਨਾ ਹਟਾਵੇ। ਇਹ ਰੁਮਾਨ-ਦੁਸ਼ਮਣ ਰਵੱਈਆ ਚੰਦਨ ਦੇ ਜ਼ਿਹਨੀ ਰਵੱਈਏ ਦਾ ਪਰਤੋਂ ਏ। ਵਤਨ ਵਿਚ ਇਹਨੇ ਦੁਨੀਆ ਨੂੰ ਬਦਲਣ ਦੀ ਕੋਸ਼ਿਸ਼ ਕੀਤੀ ਤੇ ਵਤਨੋਂ ਬਾਹਰ ਦੁਨੀਆ ਨੂੰ ਸਮਝਣ ਦੀ ਕੋਸ਼ਿਸ਼ ਕਰ ਰਿਹਾ ਏ। ਸ਼ੈਆਂ ਨੂੰ ਸਮਝਣ ਦੀ ਖ਼ਾਹਿਸ਼ ਨੇ ਜਿਥੇ ਜੜ੍ਹਾਂ ਦੀ ਲਫ਼ਜ਼ਾਲੀ (ਡਿਕਸ਼ਨ) ਤੇ ਅੰਦਾਜ਼ (ਸਟਾਈਲ) 'ਤੇ

ਅਸਰ ਪਾਇਆ ਏ, ਉੱਥੇ ਉਹਦੇ ਨਾਲ਼ ਸ਼ਾਇਰੀ ਦਾ ਫੈਲਾਉ ਵੀ ਪਹਿਲਾਂ ਨਾਲ਼ੋਂ ਜ਼ਿਆਦਾ ਵਿਸ਼ਾਲ ਹੋ ਗਿਆ ਏ। ਹਕੀਕਤ ਤੇ ਲਫ਼ਜ਼ ਦਾ ਕੀ ਰਿਸ਼ਤਾ ਏ ਤੇ ਆਵਾਜ਼ ਦੇ ਨਾਲ਼ ਇਨ੍ਹਾਂ ਦਾ ਕੀ ਜੋੜ ਏ – ਇਹ ਸਵਾਲ ਹਰ ਫ਼ਨਕਾਰ ਬਲਕਿ ਹਰ ਸੋਚਣ ਵਾਲ਼ੇ ਵਾਸਤੇ ਮਸਲਾ ਹੁੰਦੇ ਨੇ। ਲਫ਼ਜ਼ ਤੇ ਮਾਅਨੀ ਦੀ ਖੋਜ ਨੇ ਚੰਦਨ ਨੂੰ ਸ਼ੈਆਂ ਦੇ ਪਿੱਛੇ ਵੇਖਣ ਨੂੰ ਮਜਬੂਰ ਕੀਤਾ ਏ।

ਰੱਖੇ ਨਾਵਾਂ ਪਾਰੋਂ ਵੀ ਸ਼ੈਆਂ ਹੋਵਣ
ਅੱਖਾਂ ਤੋਂ ਬਾਹਰ ਵੀ ਹੈ ਬਹੁਤ ਪਸਾਰਾ
ਨਾਮਕਰਨ ਤੋਂ ਪਹਿਲਾਂ ਵੀ ਸਭ ਕੁਝ ਇਹ ਕੁਝ ਸੀ
ਹੱਥ ਕ਼ਲਮ ਤੇ ਸਭ ਕੁਝ ਸਾਜਣ ਵਾਲਾ
...

ਸਾਰੇ ਨਾਮ ਹੀ ਝੂਠੇ (13 ਨਵੰਬਰ 1994)

ਜੇ ਏਸ ਕਵਿਤਾ ਵਿਚ ਲਫ਼ਜ਼ਾਂ ਤੋਂ ਖਿਝ ਨਜ਼ਰ ਆਉਂਦੀ ਏ, ਤਾਂ ਕਵਿਤਾ ਕਾਗ਼ਜ਼ ਵਿਚ ਲਫ਼ਜ਼ ਤੇ ਲਿਖਤ ਦਾ ਏਹਤਰਾਮ ਵੀ ਮਿਲ਼ਦਾ ਏ:

ਸਭ ਤੋਂ ਪਹਿਲਾ ਕਾਗ਼ਜ਼ ਮਨੁੱਖ ਨੇ
ਅਪਣੀ ਰੂਹ ਦੀ ਚਮੜੀ ਦਾ ਬਣਾਇਆ ਸੀ
ਏਸੇ ਲਈ ਕਾਗ਼ਜ਼ 'ਤੇ ਰਹਿਮਤ ਹੈ ਖ਼ੁਦਾ ਦੀ

ਲਿਖਣ ਨੂੰ ਚੰਦਨ ਇਨਸਾਨਾਂ ਦੇ ਦਰਮਿਆਨ ਰਿਸ਼ਤਾ ਸਮਝਦਾ ਏ। ਇਹਦੀ ਇਕ ਬਹੁਤ ਹੀ ਪਿਆਰੀ ਬੇਉਨਵਾਨ ਕਵਿਤਾ ਏ, ਜਿਸ ਵਿਚ 'ਲਿਖਤਮ ਪੜ੍ਹਤਮ' ਦੀ ਪੁਰਾਣੀ ਪਰ ਸੁਹਣੀ ਤਰਕੀਬ ਨੂੰ ਵਰਤਦਿਆਂ ਚੰਦਨ ਦੇ ਪਿਆਰ ਕਰਨ ਵਾਲ਼ਿਆਂ ਦੇ ਇਕ ਦੂਜੇ ਨਾਲ ਰਾਬਤਾ ਨਾ ਹੋ ਸਕਣ ਦੀ ਹਾਲਤ ਤੋਂ ਉਤਾਂਹ ਉੱਠਣ ਦੀ ਕੋਸ਼ਿਸ਼ ਕਰਦਾ ਏ। ਲਿਖਤਮ ਪੜ੍ਹਤਮ ਹੁੰਦੀ ਏ, ਪਰ ਏਸ ਦੀ ਅਹਿਮੀਅਤ ਆਉਣ ਵਾਲ਼ੇ ਜ਼ਮਾਨੇ ਵਿਚ ਦੂਜਿਆਂ ਵਾਸਤੇ ਹੈ। ਸ਼ਾਇਰ, ਪੜ੍ਹਨ ਵਾਲ਼ੇ ਤੇ ਕਵਿਤਾ ਵਿਚਲੇ ਲੋਕੀ ਆਸ਼ਿਕਾਂ ਦੇ ਜ਼ਮਾਨੇ ਤੋਂ ਬਾਅਦ ਆਂਦੇ ਨੇ। ਆਸ਼ਿਕਾਂ ਦੀ ਮੁਹੱਬਤ ਦੀ ਸ਼ਰੀਨੀ ਬਾਅਦ ਦੇ ਆਉਣ ਵਾਲ਼ਿਆਂ ਵਾਸਤੇ ਮਾਅਨੇ ਰਖਦੀ ਏ। ਨਾਲ ਇਹ ਅਜੀਬ ਕਸਕ ਵੀ ਲੈ ਕੇ ਆਉਂਦੀ ਏ। ਇਹ ਇੰਜ ਹੀ ਏ, ਜਿਵੇਂ ਲੋਕੀ ਹੀਰ ਤੇ ਰਾਂਝੇ ਨੂੰ ਮਰਨ ਦੇ ਬਾਅਦ ਇਕੱਠੇ ਵੇਖਣ, ਪਰ ਉਨ੍ਹਾਂ ਦੋਹਵਾਂ ਨੂੰ ਪਤਾ ਹੀ ਨਾ ਹੋਵੇ ਕਿ ਉਹ ਇਕੱਠੇ ਹੋਏ ਨੇ। ਏਸ ਕਵਿਤਾ ਵਿਚ ਕਲਪਨਾ ਤੇ ਸਮੇਂ ਦੀਆਂ ਗੁੱਥੀਆਂ, ਉਨ੍ਹਾਂ ਦੀ ਸ਼ਕਤੀ ਦੋਹਵੇਂ ਹੀ ਨਜ਼ਰ ਆਉਂਦੀਆਂ ਨੇ। ਇਹ ਪਿੱਛਾ ਨਾ ਛੱਡਣ ਵਾਲ਼ੀ ਨਜ਼ਮ ਏ। ਇਹਦੇ ਨਾਲ ਹੀ ਇਹ ਨਜ਼ਮ ਵਕਤ ਦੇ ਜਬਰ ਦੇ ਖ਼ਿਲਾਫ਼ ਫ਼ਨ ਦੀ ਆਵਾਜ਼ ਵੀ ਏ। ਪੜ੍ਹਨ ਵਾਲ਼ੇ ਨੂੰ *ਜੜਾਂ* ਪੜ੍ਹਦਿਆਂ ਜਿਸ ਗੱਲ ਦਾ ਸਭ ਤੋਂ ਜ਼ਿਆਦਾ ਇਦਰਾਕ ਹੁੰਦਾ ਏ, ਉਹ ਹੈ ਇਸਦਾ ਜਿਸਮਾਨੀ ਰਿਸ਼ਤੇ ਦੇ ਅਜ਼ੀਮ ਹੋਣ ਦਾ ਏਲਾਨ। ਸਿਆਸੀ ਤੇ ਸਮਾਜੀ ਰਿਸ਼ਤਿਆਂ ਤੋਂ ਵੱਡਾ (ਜਾਂ ਕਮ-ਅਜ਼-ਕਮ ਉਨ੍ਹਾਂ ਜਿਨਾ ਹੀ ਅਹਿਮ) ਬੁਨਿਆਦੀ ਰਿਸ਼ਤਾ ਹੈ – ਦੋ ਬੰਦਿਆਂ ਦਰਮਿਆਨ ਜਿਸਮਾਨੀ/ਜਿਨਸੀ ਤਆਲੁਕ਼। ਇਸਦਾ ਇਕਰਾਰ ਜਿਸ ਅੰਦਾਜ਼ ਵਿਚ ਚੰਦਨ ਨੇ ਕੀਤਾ ਏ, ਉਸਦੀ ਮਿਸਾਲ ਪੰਜਾਬੀ ਅਦਬ ਵਿਚ ਸ਼ਾਇਦ ਹੀ ਹੋਵੇ।

ਜਿਸਮਾਨੀ ਤਅਲੁੱਕ ਦਾ ਇਹ ਇਕਰਾਰ ਨਾਅਰੇ ਜਾਂ ਬਿਆਨ ਜਾਂ ਪੋਸਟਰ ਦੀ ਸਤਹਿ 'ਤੇ ਨਹੀਂ, ਸਗੋਂ ਤਜਰਬਾਤੀ ਜਾਂ ਵਾਰਦਾਤੀ ਸਤਹਿ 'ਤੇ ਹੈ। ਜਿਹੜੀਆਂ ਕਵਿਤਾਵਾਂ ਵਿਚ ਚੰਦਨ ਨੇ ਏਸ ਨੂੰ ਮੌਜੂ ਬਣਾਇਆ ਏ, ਉਹ ਯਕੀਨਨ ਪੰਜਾਬੀ ਦੀਆਂ ਸੁਹਣੀਆਂ ਕਵਿਤਾਵਾਂ ਕਹੀਆਂ ਜਾ ਸਕਦੀਆਂ ਨੇ। ਇਨ੍ਹਾਂ ਵਿਚ 'ਨਾਚ', 'ਭੋਗਾਵਸਥਾ', 'ਅਪਣੇ ਕੱਪੜੇ' 'ਫੁਲਸਟਾਪ' ਤੇ ਖ਼ਾਸ ਤੌਰ 'ਤੇ 'ਤ੍ਰਿਕਾਲ ਸੰਧਯਾ' ਅਹਿਮ ਨੇ। ਇਨ੍ਹਾਂ ਕਵਿਤਾਵਾਂ ਦੀ ਵੱਡੀ ਖ਼ੂਬੀ ਚੰਦਨ ਦੀ ਲਫ਼ਜ਼ਜਾਲੀ ਏ। ਸ਼ਾਇਦ ਹੀ ਇਹਦੇ ਬਾਰੇ ਕਿਸੇ ਹੋਰ ਪੰਜਾਬੀ ਸ਼ਾਇਰ ਨੇ ਏਨੀ ਦਲੇਰੀ ਦਾ ਸਬੂਤ ਦਿੱਤਾ ਹੋਏ; ਪਰ ਏਨਾ ਕਹਿਣਾ ਕਾਫ਼ੀ ਨਹੀਂ। ਚੰਦਨ ਦੀ ਏਸ ਸ਼ਾਇਰੀ 'ਤੇ ਕਿਸੇ ਗੁਨਾਹ ਦਾ ਪਰਛਾਵਾਂ ਨਹੀਂ ਪੈਂਦਾ। ਏਸ ਦੇ ਉਲਟ ਇਨ੍ਹਾਂ ਵਿਚ ਸਾਨੂੰ ਜਿਸਮ ਤੇ ਜਿਸਮ ਦੇ ਰਿਸ਼ਤੇ ਦਾ ਜਸ਼ਨ ਨਜ਼ਰ ਆਉਂਦਾ ਏ। ਸੰਜੋਗ ਦੀ ਉਹ ਕੈਫ਼ੀਅਤ ਜਿਥੇ ਰਿਸ਼ਤੇ ਜਾਂ ਜਿਸਮ ਨਹੀਂ ਰਹਿੰਦੇ; ਜਿਥੇ ਮੈਂ ਤੇ ਤੂੰ ਦਾ ਫ਼ਰਕ ਮਿਟ ਜਾਂਦਾ ਏ। ਸਬਜੈਕਟ ਤੇ ਔਬਜੈਕਟ ਦੀ ਦੁਵੰਡ ਮਿਟ ਜਾਂਦੀ ਏ। ਕੋਈ ਅਟੁੱਟ ਸੱਚਾਈ ਨੂਰ ਬਣ ਕੇ ਬੰਦੇ ਨੂੰ ਨਹਿਲਾ ਜਾਂਦੀ ਏ। ਕਵਿਤਾਵਾਂ ਪੜ੍ਹਨ-ਸੁਣਨ ਵਾਲ਼ਾ ਲਿਰੀਕਲ ਤਜਰਬੇ ਵਿੱਚੋਂ ਲੰਘਦਾ ਏ। ਚੰਦਨ ਦੀ ਜਿਸਮਾਨੀ ਜਸ਼ਨ ਦੀ ਇਹ ਸ਼ਾਇਰੀ ਚੰਦਾ ਦੀ ਨਿੰਮੀ-ਨਿੰਮੀ ਠੰਢਕ ਏ; ਖ਼ੁਸ਼ੀਆਂ ਦਾ ਸ਼ਾਂਤ ਜਲੂਸ ਏ, ਜਿਸ ਨੂੰ ਵੇਖਣ ਵਾਲ਼ੇ ਸਭ ਕੁਝ ਭੁਲ-ਭੁਲਾ ਕੇ ਉਹਦੇ ਵਿਚ ਸ਼ਰੀਕ ਹੋ ਜਾਂਦੇ ਨੇ।

ਜਿਸਮਾਨੀ ਜਸ਼ਨ ਦੀ ਇਹ ਸ਼ਾਇਰੀ ਸਾਨੂੰ ਤਾਂਤਰਿਕ ਜਾਂ ਸੂਫ਼ੀ ਰਵਾਇਤ ਵਿਚ ਲਿਆ ਖੜਾ ਕਰਦੀ ਏ। ਇਹਦੇ ਨਾਲ਼-ਨਾਲ਼ ਸੂਫ਼ੀ ਰਵਾਇਤ ਦਾ ਇਕ ਹੋਰ ਪਹਿਲੂ ਵੀ ਚੰਦਨ ਦੀ ਸ਼ਾਇਰੀ ਵਿਚ ਨਜ਼ਰ ਆਉਂਦਾ ਏ – ਇਨਸਾਨਦੋਸਤੀ ਦਾ ਉਹ ਤਸੱਵਰ, ਜਿਥੇ ਸਾਰੇ ਤੇ ਸਭ ਕੁਝ ਇਕੋ ਖੇਡ ਦਾ ਹਿੱਸਾ ਨਜ਼ਰ ਆਉਂਦੇ ਨੇ।

ਚੰਦਨ ਦੀ ਸ਼ਾਇਰੀ ਵਿਚ ਖ਼ਾਲਿਕ ਤੇ ਮਖ਼ਲੂਕ ਦਾ ਤਸੱਵਰ ਆਮ ਮਜ਼ਹਬੀ ਖ਼ਿਆਲ ਨਹੀਂ, ਸਗੋਂ ਉਹ ਇਕਾਈ ਦਾ ਇਸਤਿਆਰਾ ਏ। ਅਨੇਕ ਦੇ ਵਿਚ ਏਕ ਦੇ ਇਸ ਤਸੱਵਰ ਨੇ ਚੰਦਨ ਨੂੰ ਤੌਫ਼ੀਕ ਦਿੱਤੀ ਏ ਕਿ ਇਹ ਜ਼ਾਲਿਮ ਤੇ ਮਜ਼ਲੂਮ ਦੋਹਵਾਂ ਨੂੰ ਇਕ ਇਕਾਈ ਦਾ ਹਿੱਸਾ ਸਮਝੇ। ਇਹਦੇ ਨਜ਼ਦੀਕ ਮਜ਼ਲੂਮ ਵੀ ਜ਼ਾਲਿਮ ਦਾ ਹੀ ਹਿੱਸਾ ਏ। ਇਹ ਜ਼ਾਲਿਮ ਦੇ ਜ਼ੁਲਮ ਨੂੰ ਨਿਸ਼ਾਨਾ ਬਣਾਉਂਦਾ ਏ, ਉਸਦੀ ਜ਼ਾਤ ਨੂੰ ਨਹੀਂ। ਬੁਰੇ ਦੀ ਬੁਰਾਈ ਮੁਕਾਓ, ਪਰ ਬੁਰੇ ਦੀ ਜ਼ਾਤ ਨੂੰ ਨਹੀਂ। ਦੇਖੋ ਕਵਿਤਾ: ਉਹ ਜੋ ਹੁੰਦੇ ਸਨ। ਹੋ ਸਕਦਾ ਏ ਕਿ ਚੰਦਨ ਦਾ ਇਹ ਤਸੱਵਰ ਖ਼ਿਆਲਪ੍ਰਸਤ ਬੰਦੇ ਦਾ ਖ਼ੁਾਬ ਸਮਝਿਆ ਜਾਏ ਤੇ ਏਸ ਕਰਕੇ ਇਹਨੂੰ ਰੱਦ ਕੀਤਾ ਜਾਏ। ਪਰ ਇਹ ਤਸੱਵਰ ਏਸ ਵਾਸਤੇ ਜ਼ਰੂਰੀ ਏ ਕਿ ਇਹਦੇ ਬਗੈਰ ਇਨਸਾਨਦੋਸਤੀ ਕੋਈ ਬਹੁਤ ਹੀ ਖ਼ਤਰਨਾਕ ਸੂਰਤ ਅਖ਼ਤਿਆਰ ਕਰ ਸਕਦੀ ਏ, ਜਿਹਦੀ ਇਕ ਮਿਸਾਲ ਕੰਬੋਡੀਆ ਦਾ ਪੋਲ ਪੋਟ ਏ। ਚੰਦਨ ਕਹਿੰਦਾ ਏ ਕਿ ਇਨਸਾਨ ਨਜ਼ਰੀਏ ਤੋਂ ਵੱਡਾ ਏ ਤੇ ਇਨਸਾਨਾਂ ਨੂੰ ਨਜ਼ਰੀਏ ਤੋਂ ਕੁਰਬਾਨ ਕਰਦਿਆਂ ਇਕ ਵਾਰੀ ਰੁਕ ਕੇ ਸੋਚ ਲੈਣਾ ਜ਼ਰੂਰੀ ਏ।

ਇਕ ਫ਼ਿਕਰੇ ਵਿਚ – ਚੰਦਨ ਦੀ ਸ਼ਾਇਰੀ ਇਨਸਾਨ ਤੇ ਕਾਇਨਾਤ ਦੇ ਏਹਤਰਾਮ ਤੇ ਲਫ਼ਜ਼ ਦੀ ਇਬਾਦਤ ਦਾ ਨਾਂ ਏ।

ਲੰਦਨ, 21 ਮਾਰਚ 1995   *ਅਮੀਨ ਮੁਗ਼ਲ*

ਮੰਗਲਾਚਰਣ

ਮੇਰੀਆਂ ਲੱਖ ਦੁਆਵਾਂ ਉਨ ਕੋ
ਜਿਨ੍ਹਾਂ ਦੇ ਹੁੰਦਿਆਂ ਮੈਂ ਹੁੰਦਾ ਹਾਂ –
ਇਸ ਦੁਨੀਆ ਵਿਚ ਆਉਂਦਾ ਤੱਕਿਆ ਅਪਣਾ ਪੁੱਤਰ
ਰੱਬ ਦੇ ਬੰਦੇ
ਯਾਰੜੇ ਮਿਤਰ
ਘਰ ਦੀ ਵਲਗਣ
ਤੇਰੀ ਕਾਇਆ।
ਮੇਰੀਆਂ ਲੱਖ ਸਲਾਮਾਂ ਉਨ ਕੋ
ਜਿਨ੍ਹਾਂ ਦਾ ਦਿੱਤਾ ਸੱਭੋ ਕੁਝ ਹੈ –
ਥਰ-ਥਰ ਜੀਉੜਾ
ਕਾਠ ਕੀ ਰੋਟੀ
ਅੱਖ ਦਾ ਪਾਣੀ
ਮਿਹਰ ਦਾ ਭਰਿਆ ਕਾਸਾ।
ਮੇਰੀਆਂ ਲੱਖ ਅਸੀਸਾਂ ਉਨ ਕੋ –
ਜੋ ਹਰ ਦਮ ਹੁੰਦੇ
ਕਦੇ ਵੀ ਹੁੰਦੇ-ਸੀ ਨਹੀਂ ਹੁੰਦੇ
ਨਾਲ਼ ਮੇਰੇ ਜੋ ਉੱਠਦੇ ਬਹਿੰਦੇ
ਹੱਸਦੇ ਰੋਂਦੇ
ਮੇਰੀਆਂ ਬਾਹਵਾਂ ਹੱਥੀਂ ਛਾਵਾਂ
ਮੇਰੀਆਂ ਲੱਖ ਦੁਆਵਾਂ ਉਨ ਕੋ॥

ਜੜ੍ਹਾਂ

ਜੜ੍ਹਾਂ ਨੂੰ ਦੇਖ
ਅਪਣੇ ਵੱਡੇ ਪੁਰਖੇ ਧਰੇਜੇ ਦਾ ਮੁੱਖ ਨਜ਼ਰ ਆਉਂਦਾ ਹੈ
ਜਿਸ ਤੋਂ ਸਾਡੀ ਵੇਲ ਤੁਰੀ ਸੀ

ਮੈਂ ਇਨ੍ਹਾਂ ਜੜ੍ਹਾਂ ਦਾ ਹੀ ਬੀਅ ਹਾਂ
ਕੁੱਖ ਵਿਚ ਡਿੱਗਿਆ ਉਸ ਮਿੱਟੀ-ਮਾਂ ਦਾ ਬਾਲਕ ਹਾਂ
ਜੁਗ-ਜੁਗ ਜੀਉਣ ਵਾਲ਼ਾ
ਉਸ ਦੀਆਂ ਜੜ੍ਹਾਂ ਮੇਰੇ ਲਹੂ ਵਿਚ ਵਹਿ ਰਹੀਆਂ ਹਨ

ਹੁਣੇ ਪਾਏ ਅੱਖਰ ਨੂੰ ਅਪਣੀ ਜੜ੍ਹ ਦਾ ਪਤਾ ਹੈ

ਸਿਆਹੀ ਅੱਖਰਾਂ ਨੂੰ ਪਾਣੀ ਦੇ-ਦੇ ਉਨ੍ਹਾਂ ਨੂੰ ਹਰਿਆਂ ਰਖਦੀ ਹੈ
ਜੜ੍ਹਾਂ ਨੂੰ ਦੇਖ
ਮਰੇ ਪਏ ਪਿਉ ਦਾ ਹੱਥ ਯਾਦ ਆਉਂਦਾ ਹੈ
ਮੇਰੇ ਗੀਤਾਂ ਦੀਆਂ ਜੜ੍ਹਾਂ ਜਿਸ ਦੇ ਦਿਲ ਵਿਚ ਹਨ
ਮੈਂ ਉਸੇ ਦੀ ਮਿੱਟੀ ਦਾ ਬਣਿਆ ਹੋਇਆ ਹਾਂ

ਜੜ੍ਹਾਂ ਨੂੰ ਦੇਖ
ਅਪਣੀ ਮੀਤਾਂ ਦਾ ਨੰਗੇਜ ਨਜ਼ਰ ਆਉਂਦਾ ਹੈ
ਜਿਸਨੂੰ ਮੇਰੀਆਂ ਨਜ਼ਰਾਂ ਨੇ ਕੱਜਿਆ ਹੋਇਆ ਹੈ

ਜੜ੍ਹਾਂ ਨੂੰ ਦੇਖ
ਹਵਾ ਚ ਉੱਠੇ ਹਜ਼ਾਰਾਂ ਹੱਥ ਨਜ਼ਰ ਆਉਂਦੇ ਹਨ
ਜਿਨ੍ਹਾਂ ਦੇ ਰੱਟਣ ਉਨ੍ਹਾਂ ਦੀਆਂ ਜੜ੍ਹਾਂ ਹਨ

ਜੜ੍ਹਾਂ ਨੂੰ ਦੇਖ
ਮੈਨੂੰ ਜੜ੍ਹਾਂ ਦਾ ਖ਼ਿਆਲ ਆਉਂਦਾ ਹੈ
ਇਨ੍ਹਾਂ ਜੜ੍ਹਾਂ ਵਿਚ ਹੀ ਹਨ
ਉਸ ਖ਼ਿਆਲ ਦੀਆਂ ਜੜ੍ਹਾਂ

1

ਦੀਵੇ ਦੀ ਲੋਏ ਦੋ ਪਰਛਾਵੇਂ ਹਿੱਲਦੇ ਹਨ ਮਿੱਟੀ ਦੀ ਕੰਧ 'ਤੇ।

ਧਰੇਜਾ ਆਪਣੀ ਨਾਲ਼-ਦੀ ਦਾ ਪਿੰਡਾ ਗੁੰਨ੍ਹ ਰਿਹਾ ਹੈ
ਅਪਣੇ ਨਸ਼ੱਈ ਹੱਥਾਂ ਨਾਲ਼।

ਅੱਜ ਧਰੇਜੇ ਦੀ ਜ਼ਮੀਨ ਵੱਤਰ ਹੈ।

ਉਹ ਅਪਣੀ ਜ਼ਮੀਨ ਚ ਸਿਆੜ ਕੱਢਦਾ ਹੈ।

ਧਰੇਜੇ ਨੇ ਬੀਅ ਸੁੱਟ ਦਿੱਤਾ ਹੈ
ਅਸੰਖ ਮਹਿਕਦੇ ਚੰਨਣ ਦੇ ਬੂਟਿਆਂ ਦਾ।

ਹੁਣ ਧਰੇਜਾ ਸੁਹਾਗ ਰਿਹਾ ਹੈ।

ਹੁਣ ਉਸ ਜਗਤ-ਮਾਂ ਦੇ ਦਿਲ 'ਤੇ ਹੱਥ ਰੱਖਿਆ ਹੈ।

ਅੱਜ ਦੋਹਵਾਂ ਨੇ ਰਲ਼ ਕੇ ਭਾਂਡਾ ਬਣਾਇਆ ਹੈ।

ਇਹ ਘੜਾ –
ਆਉਣ ਵਾਲ਼ੀਆਂ ਪੁਸ਼ਤਾਂ ਨੂੰ ਪਾਰ ਲੰਘਾਏਗਾ
ਸੋਹਣੀ ਨੂੰ ਮਹੀਵਾਲ਼ ਨਾਲ਼ ਮਿਲ਼ਾਵੇਗਾ
ਟੁਣਕੇਗਾ ਜੂਨਾਂ ਦੀ ਅੱਗ ਵਿਚ ਤਪ-ਤਪ ਕੇ।

ਦੀਵੇ ਦੀ ਲੋਏ ਧਰੇਜਾ ਸੋਚਦਾ ਹੈ –
ਦੀਵੇ ਦਾ, ਇਸ ਮਿੱਟੀ ਦਾ, ਜ਼ੰਰੇ ਦਾ
ਬੀਅ ਕਿਸ ਨੇ ਬੀਜਿਆ ਸੀ ਸਭ ਤੋਂ ਪਹਿਲੇ

ਇਹ ਸੋਚਾਂ ਸੋਚਦਿਆਂ ਉਹਨੂੰ ਨੀਂਦ ਆ ਜਾਂਦੀ ਹੈ।

ਧਰੇਜੇ ਨੂੰ ਸੁਪਨਾ ਆਉਂਦਾ ਹੈ –
ਸਦੀਆਂ ਮਗਰੋਂ ਅਮਰਜੀਤ ਨਾਂ ਦਾ ਉਹਦਾ ਬੀਅ
ਉਹਦੇ ਨਾਲ਼ ਦੋਸਤਾਂ ਵਾਂਗ ਗੱਲਾਂ ਕਰਦਾ
ਹੱਥ 'ਤੇ ਹੱਥ ਮਾਰ ਕੇ ਹੱਸਦਾ ਹੈ
ਤੇ ਹਿਕ ਦੇ ਜ਼ੋਰ ਆਸਮਾਨ ਚ ਉੱਡਣ ਲੱਗਦਾ ਹੈ।

ਧਰੇਜੇ ਦਾ ਦਿਲ ਬਲ਼ਦਾ ਆਵਾ ਹੈ

ਉਹਦੀ ਰੂਹ ਧਧਕਦੀ ਅੱਗ ਅਪਣੇ-ਆਪ ਨੂੰ ਲੂੰਹਦੀ

ਅੱਗ ਨੂੰ ਪਾਣੀ ਦੀ ਖੋਹ ਪੈਂਦੀ ਹੈ
ਇਸੇ ਲਈ ਤੇਹ ਦਾ ਕਾਸਾ ਪਕਾ ਰਹੀ ਹੈ ਅਗਨੀ ਏਸ ਵੇਲੇ।

ਧਰੇਜਾ ਭਾਂਡੇ ਘੜ-ਘੜ ਰਖਦਾ
ਇਕ ਦਿਨ ਅਪਣੇ-ਆਪ ਨੂੰ ਰੱਬ ਸਮਝ ਬੈਠਾ

ਉਹ ਭੁਲ ਕੇ ਬਹੁਤ ਪਛਤਾਇਆ
ਕਿ ਅਪਣੇ-ਆਪ ਨੂੰ ਰੱਬ ਨਹੀਂ ਸਮਝੀਦਾ
ਕਿਉਂਕਿ ਬੰਦੇ ਨੂੰ ਕਿਸੇ ਵੀ ਸਵਾਲ ਦਾ ਜਵਾਬ ਨਹੀਂ ਆਉਂਦਾ
ਉਹ ਤਾਂ ਠੀਕਰੀ ਉੱਤੇ ਲਿਸ਼ਕਦਾ ਰੇਤੇ ਦਾ ਕਿਣਕਾ ਹੈ ਬਸ।

ਧਰੇਜਾ ਸੁਪਨੇ ਵਿਚ ਵੀ ਸੋਚ ਰਿਹਾ ਹੈ
ਉਹ ਉਹ ਸੁਪਨਾ ਲੈਣਾ ਚਾਹੁੰਦਾ ਹੈ ਜਿਸ ਵਿਚ ਸੋਚਣਾ ਨਾ ਪਏ।

2

ਧਰੇਜਾ ਸੋਚਦਾ ਹੈ –
ਸਭ ਤੋਂ ਬੜਾ ਘੁਮਾਰ ਤਾਂ ਰੱਬ ਹੈ
ਉਹਦੇ ਘੜਿਆਂ ਦੀ ਕੀ ਲੀਲਾ

ਵੇਲੇ ਦਾ ਚੱਕ ਘੁੰਮਦਾ ਰਹਿੰਦਾ
ਦੁੱਖਾਂ ਦੀ ਅਗਨੀ ਆਵੇ ਦੇ ਵਿਚ
ਖੂਹ ਦੀਆਂ ਟਿੰਡਾਂ ਪੱਕਿਆਂ ਕਰਦੀ
ਇਹ ਖੂਹ ਗਿੜਦਾ ਸਮੇਂ ਦਾ ਪਾਣੀ ਵਗਦਾ ਰਹਿੰਦਾ
ਸਿੰਜਦਾ ਰਹਿੰਦਾ ਜ਼ਿੰਦਗੀ ਦੇ ਖੇਤਾਂ ਨੂੰ
ਭਰਦਾ ਰਹਿੰਦਾ ਹਰ ਸੱਖਣ ਨੂੰ
ਜਿਸ ਵੀ ਰੂਪ ਸਮੋਵੇ ਓਹੋ ਹੀ ਹੋ ਜਾਂਦਾ ਸਮੇਂ ਦਾ ਪਾਣੀ

ਧਰੇਜਾ ਜਿਸ ਬਾਰੇ ਵੀ ਸੋਚੇ
ਉਹਦਾ ਦਿਲ ਓਹੋ ਬਣ ਜਾਵਣ ਨੂੰ ਕਰਦਾ

ਉਹ ਹੁਣ ਸੋਚੇ –

ਮੈਂ ਪਾਣੀ ਬਣ ਜਾਵਾਂ
ਵਹਿੰਦਾ-ਵਹਿੰਦਾ ਸਾਗਰ ਵਿਚ ਸਮਾਵਾਂ

ਉਹ ਜਦ ਵੀ ਪਾਣੀ ਹੋਣਾ ਚਾਹੁੰਦਾ
ਉਹਦੇ ਘਰ-ਦੀ ਉਹਦੇ ਵਗਣੇ ਦੇ ਲਈ
ਧਰਤੀ ਵਾਂਗੂੰ ਵਿਛ ਜਾਂਦੀ ਹੈ ਉਹਦੇ ਅੱਗੇ।

ਉਹ ਧਰਤੀ ਦੀ ਦੰਡਵਤ ਬੰਦਨਾ ਕਰਦਾ –
ਜੀਵਨਦਾਤੀ ਤੂੰ ਸਦਾ ਸਲਾਮਤ
ਸਦਾ ਸਲਾਮਤ ਤੋਂ ਸਾਜਣ ਵਾਲ਼ਾ॥

ਚਿੱਟੇ ਹਾਸ਼ੀਏ ਵਾਲ਼ੀ ਤਸਵੀਰ

ਰੂਸੀ ਚਿਤ੍ਰਕਾਰ ਵਾਸਿਲੀ ਕਾਨਦਿੰਸਕੀ (1866-1944) ਦੀ *ਪੇਂਟਿੰਗ ਵਿਦ ਏ ਵ੍ਹਾਈਟ ਬੌਰਡਰ*
(1913) ਨੂੰ ਦੇਖ ਕੇ, ਗੁਗਨਹਾਈਮ ਮਿਊਜ਼ਮ, ਨੀਊਯਾਰਕ 14 ਮਾਰਚ 1995

ਧਰੇਜਾ ਮਿੱਟੀ ਦੀ ਕੰਧ ਵਿਚ ਲੱਗੀ
ਚਿੱਟੇ ਹਾਸ਼ੀਏ ਵਾਲ਼ੀ ਤਸਵੀਰ ਦੇਖਦਾ ਰਹਿੰਦਾ ਹੈ
ਧਰੇਜੇ ਨੂੰ ਪਤਾ ਨਹੀਂ
ਕਿ ਧਰਤੀ ਘੜੇ ਵਰਗੀ ਗੋਲ਼ ਹੈ
ਉਹਦੇ ਭਾਣੇ ਧਰਤੀ ਜ਼ਮੀਨ ਜਿੰਨੀ ਪੱਧਰੀ ਹੈ
ਜੋ ਦੁਮੇਲ਼ 'ਤੇ ਜਾ ਕੇ ਮੁੱਕ ਜਾਂਦੀ ਹੈ

ਆਸਮਾਨ ਦੇ ਚੰਦੋਏ ਹੇਠਾਂ ਸਾਰੀ ਖੇਡ ਵਰਤ ਰਹੀ ਹੈ –
ਬਾਜ਼ੀਗਰ ਜੌਹਰ ਦਿਖਾ ਰਿਹਾ ਹੈ
ਹੋਣੀ ਦਾ ਢੋਲ ਵੱਜਦਾ ਹੈ
ਕੋਈ ਠਾਕਰਦੁਆਰੇ ਸੰਖ ਪੂਰਦਾ ਹੈ
ਧਰਤੀ ਪਰ੍ਹੇ ਹੋਰ ਪਰ੍ਹੇ ਹੋ ਰਹੀ ਹੈ

ਧਰੇਜਾ ਸੋਚਦਾ ਹੈ – ਮੈਂ ਖ਼ੁਸ਼ ਕਦੋਂ ਹੋਇਆ ਸੀ

ਉਹ ਖ਼ੁਸ਼ ਤਾਂ ਹੋਇਆ ਸੀ, ਪਰ ਉਹਨੂੰ ਚੇਤਾ ਨਹੀਂ ਆਉਂਦਾ

ਹੱਸਣ ਤੋਂ ਪਹਿਲਾਂ ਰੋਣਾ ਜੰਮਦਾ ਹੈ

ਉਹਨੂੰ ਅਪਣੀਆਂ ਆਉਣ ਵਾਲੀਆਂ ਪੀੜ੍ਹੀਆਂ ਦੇ
ਸਾਰੇ ਹੁਣੇ-ਜੰਮੇ ਬਾਲਾਂ ਦਾ ਰੋਣ ਸੁਣਦਾ ਹੈ
ਤੇ ਬੁੱਲ੍ਹਾਂ ਚ ਹੱਸਦਾ ਹੈ
ਕਿ ਉਹ ਸਾਰਿਆਂ ਦਾ ਪਿਉ ਹੈ
ਇਸ ਵੇਲੇ ਧਰੇਜਾ ਆਪ ਰੱਬ ਹੈ

ਮਿੱਟੀ ਦੀ ਕੰਧ ਚ ਲੱਗੀ
ਚਿੱਟੇ ਹਾਸ਼ੀਏ ਵਾਲ਼ੀ ਤਸਵੀਰ
ਧਰੇਜੇ ਦੀ ਅਪਣੀ ਹੀ ਬਣਾਈ ਹੋਈ ਹੈ
ਧਰੇਜਾ ਹੈਰਾਨ ਹੈ

ਕਾਗ਼ਜ਼

ਸਭ ਤੋਂ ਪਹਿਲਾ ਕਾਗ਼ਜ਼
ਮਨੁੱਖ ਨੇ ਅਪਣੀ ਰੂਹ ਦੀ ਚਮੜੀ ਦਾ ਬਣਾਇਆ ਸੀ
ਏਸੇ ਲਈ ਕਾਗ਼ਜ਼ 'ਤੇ ਰਹਿਮਤ ਹੈ ਖ਼ੁਦਾ ਦੀ
ਏਸੇ 'ਤੇ ਲਿਖਾਰੀ ਨਾਨਕ ਨੇ ਸੱਚਾ ਨਾਮ ਲਿਖਿਆ
ਤੂ ਸਦਾ ਸਲਾਮਤ ਕਾਗਦੁ ਸਦਾ ਸਲਾਮਤ ਕਾਗਦੁਕਾਰ

ਬਿਰਖ ਦੀ ਬਲੀ ਦੇਣ ਨਾਲ ਕਾਗ਼ਜ਼ ਜੰਮਦਾ ਹੈ
ਇਕ ਵਰਕੇ ਵਿਚ ਕਿੰਨੇ ਆਲੁਣਿਆਂ ਦਾ ਵਾਸਾ ਹੈ
ਇਸ ਉੱਤੇ ਹਜ਼ਾਰਾਂ ਪੰਛੀਆਂ ਦੇ ਪਤੇ ਲਿਖੇ ਹੋਏ ਨੇ
ਕਾਗ਼ਜ਼ ਵਿਚ ਹਰੇ ਪੱਤਿਆਂ ਦੀ ਗਿੱਲੀ ਸਰਸਰਾਹਟ ਸੁਣਦੀ ਹੈ

ਕਾਗ਼ਜ਼ ਕਲਮ ਦੀ ਅੱਖ ਨਾਲ ਦੇਖਦਾ ਹੈ
ਰੰਗਾਂ ਨਾਲ ਬੋਲਦਾ ਹੈ
ਹਰਫ਼ਾਂ ਨਾਲ ਸੁਣਦਾ ਹੈ
ਬੋਲੀ ਕਾਗ਼ਜ਼ ਦੀ ਰੂਹ ਹੈ

ਕਾਗ਼ਜ਼ ਮੇਜ਼ 'ਤੇ ਪਈ
ਕਟ ਕੇ ਰੱਖੀ ਆਸਮਾਨ ਦੀ ਟਾਕੀ ਹੈ
ਕਾਗ਼ਜ਼ ਜਲ ਕੇ ਰਾਖ ਹੋ ਜਾਂਦਾ ਹੈ
ਪਰ ਇਹ ਹਰਫ਼ ਨਹੀਂ ਮਿਟਦੇ
ਇਹ ਕੋਈ ਅਜਨਬੀ ਪੰਛੀ ਹੈ
ਜੋ ਦਮ ਲੈਣ ਲਈ ਮੇਰੀ ਗੋਦ ਚ ਆ ਬੈਠਾ ਹੈ

ਕਾਗ਼ਜ਼ ਪੱਥਰ ਤੋਂ ਬਣਿਆ
ਕਾਗ਼ਜ਼ ਛਾਡਪਤੁ, ਚੰਮ ਤੇ ਦੰਦ ਵੀ ਹੁੰਦਾ ਸੀ ਕਦੇ

ਕਾਗ਼ਜ਼ ਨੂੰ ਦੇਖ ਲਗਦਾ ਹੈ –
ਅਸੀਂ ਇੱਕੋ ਹੀ ਟੱਬਰ ਦੇ ਜੀਅ ਹਾਂ

ਕਾਗ਼ਜ਼ ਇਸ ਵੇਲੇ ਦੀ ਬਾਰੀ ਹੈ

ਕਾਗ਼ਜ਼ ਸੰਭਾਵਨਾ ਦੀ ਦਰਸ਼ਨੀ ਡਿਉੜੀ ਹੈ

ਜਦੋਂ ਕਾਗ਼ਜ਼ ਨਹੀਂ ਸੀ, ਓਦੋਂ ਕਵਿਤਾ ਸੀ

ਜਦੋਂ ਇਨਸਾਨ ਨਹੀਂ ਸੀ, ਕਵਿਤਾ ਓਦੋਂ ਵੀ ਸੀ
ਕਵਿਤਾ ਕਾਗ਼ਜ਼ ਦੀ ਮਾਂ ਹੈ

ਖ਼ਾਲੀ ਪਿਆ ਵਰਕਾ
ਨੰਗੀ ਪਈ ਨਾਰ ਵਾਂਛ ਵੰਗਾਰਦਾ ਹੈ
ਵੇਗਮੱਤੇ ਮਰਦ ਦੀ ਪੁੜਪੁੜੀ ਵਾਂਛ ਧੜਕਦਾ ਹੈ
ਤੇ ਛੁੱਟ ਰਹੇ ਪਿੰਡਿਆਂ ਵਾਂਛ ਕੰਬਦਾ ਹੈ

ਕਾਗ਼ਜ਼ –
ਪਹਿਲੀ ਵਾਰ ਉੱਡ ਰਿਹਾ ਪਤੰਗ
ਵਤਨ ਕਦੇ ਨ ਮੁੜਨ ਦਾ ਪਾਸਪੋਰਟ
ਕੈਦੀਆਂ ਦੀ ਤਾਸ਼
ਗੁਆਚਿਆ ਹੋਇਆ ਖ਼ਤ
ਸੜਕ 'ਤੇ ਰੁਲਦਾ ਇਸ ਸਦੀ ਦਾ ਅਖ਼ਬਾਰ

ਸਾਜ਼

ਤੇ ਫਿਰ ਇਨਸਾਨ ਨੇ ਸਾਜ਼ ਬਣਾਇਆ
ਸਾਜ਼ ਵਿਚ ਸ਼ੈਆਂ ਬੋਲਣ ਲੱਗੀਆਂ
ਸੰਗੀਤ ਦੇ ਨਾਲ਼ ਸਾਜ਼ ਬੋਲਣ ਲੱਗਾ
ਇਹ ਉਸ ਸ਼ੈਅ ਦੀ ਧੁਨੀ ਸੀ
ਜੋ ਅਰਥ ਦੀ ਭਾਲ਼ ਚ ਤੁਰੇ
ਇਨਸਾਨ ਨੂੰ ਰਸਤੇ ਚ ਲੱਭੀ ਸੀ

ਧੁਨੀ 'ਤੇ ਸਾਜ਼ ਦਾ ਬਹੁਤ ਵੱਡਾ ਅਹਿਸਾਨ ਹੈ
ਜਿਵੇਂ ਸ਼ਬਦ ਦਾ ਕਾਗ਼ਜ਼ 'ਤੇ ਅਹਿਸਾਨ ਹੈ
ਪਾਣੀ ਬੱਦਲ਼ਾਂ ਦਾ ਅਹਿਸਾਨਮੰਦ ਹੈ
ਜ਼ਮੀਨ ਜ਼ਿੰਦਗੀ ਦੀ ਅਹਿਸਾਨਮੰਦ ਹੈ
ਜਿਵੇਂ ਆਕਾਸ਼ ਤਾਰਿਆਂ ਦਾ ਅਹਿਸਾਨਮੰਦ ਹੈ
ਜਿਵੇਂ ਬੰਦਾ ਬੰਦੇ ਦਾ ਅਹਿਸਾਨਮੰਦ ਹੈ

...

ਜਿਸ ਨੂੰ ਹਰ ਪਲ ਤਾਂਘਾਂ
ਉਸ ਦੀ ਸੂਰਤ
ਨਾ ਪੈਂਤੀ ਨ ਬਾਵਨ ਅੱਖਰੀ ਵਿਚ ਸਮਾਂਦੀ
ਲੱਖ ਚਾਹਵਾਂ ਨ ਦੱਸੀ ਜਾਂਦੀ

ਸੁਧਬੁਧ ਸੱਧਰਾਂ ਹਉਕੇ ਹਾਵੇ
ਬੋਲੀ ਦੇ ਕਾਸੇ ਵਿਚ ਫਾਥੀ
ਮੱਖੀ ਵਾਂਙੂੰ ਭੀਂ-ਭੀਂ ਕਰਦੇ
ਰੂਹ ਨੂੰ ਚੈਨ ਨ ਪੈਂਦਾ
ਸੋਚਾਂ ਦੇ ਨਾਲ਼ ਭਾਵ ਸਰਾਪੇ
ਸ਼ੀਸ਼ੇ ਵਿਚ ਬੰਦ ਤਿਤਲੀ ਵਾਂਙਣ
ਦੇਖਣ ਨੂੰ ਜੋ ਸੁਹਣੀ ਲੱਗਦੀ
ਐਪਰ ਉੱਡ ਨ ਸਕਦੀ

ਜਨਮ ਜਨਮ ਤੋਂ
ਤ੍ਰਿਖਾ ਦੇ ਵਣ ਭਉਂਦਾ ਮਨ ਬਾਂਵਰਾ
ਸੱਖਣ ਵਿਚ ਸਿਰ-ਭਾਰ ਲਟਕੰਦਾ
ਹੱਥ ਪਸਾਰਾਂ ਕੁਛ ਨਜ਼ਰ ਨ ਆਉਂਦਾ
ਤੱਕਣਾ ਚਾਹਵਾਂ ਗਿਆਨ ਦਾ ਪਰਦਾ ਅੱਗੇ ਆਉਂਦਾ
ਸ਼ੋਰ ਲਫ਼ਜ਼ਾਂ ਦਾ ਕੁਛ ਸੁਣਨ ਨ ਦੇਂਦਾ
ਮੈਂ ਚਾਹਵਾਂ ਮੈਂ ਬੋਲੀ ਤੋਂ ਪਾਰ ਹੋ ਜਾਵਾਂ
ਸ਼ਬਦਾਂ ਦੇ ਬੰਧਨ ਤੋਂ ਮੁਕਤ ਹੋ ਜਾਵਾਂ
ਹਰਫ਼ਾਂ ਦਾ ਕੱਜਣ ਮੈਂ ਸੁਟ ਉਤਾਰਾਂ
ਭਾਵਾਂ ਦੇ ਖੰਭਾਂ 'ਤੇ ਮਾਰ ਉਡਾਰੀ
ਉਸ ਦੁਨੀਆ ਵਿਚ ਜਾ ਲੱਥਾਂ
ਜਿਥੇ ਉਸਦਾ ਵਾਸਾ
ਜਿਸ ਨੂੰ ਹਰ ਪਲ ਤਾਂਘਾਂ
ਉਸਦੇ ਗਲ਼ ਲੱਗ ਕੇ
ਰੋਵਾਂ ਹੱਸਾਂ ਤੇ ਫਿਰ ਸਦਾ ਸਦਾ ਲਈ ਚੁੱਪ ਕਰ ਜਾਵਾਂ॥

ਲਾਲ ਝੰਡਾ

ਇਕ ਝੰਡਾ ਮੈਨੂੰ ਲੋੜੀਦਾ –
ਜਿਸ ਵਿਚ ਇਕ ਨ ਦੋ ਨਾ
ਸਭ ਰੰਗ ਹੋਵਣ
ਸਭ ਰੰਗ ਹੱਸਣ ਸਭ ਰੰਗ ਰੋਵਣ
ਉਹ ਰੰਗ ਵੀ ਜਿਨ੍ਹਾਂ ਦਾ ਹਾਲੇ ਕੋਈ ਨਾਮ ਨਹੀਂ ਹੈ।

ਰੱਤ-ਰੰਗੇ ਰੰਗ ਵਿਚ ਹੀ ਸਭ ਰੰਗਾਂ ਦਾ ਵਾਸਾ
ਇਹ ਰੰਗਾਂ ਚ ਵਹਿੰਦੇ ਸਮੇਂ ਦਾ ਰੰਗ ਹੈ
ਰਿਜ਼ਕ   ਮੁਹੱਬਤ   ਆਜ਼ਾਦੀ ਦਾ

ਰੱਤ-ਰੰਗਾ ਝੰਡਾ ਹਰ ਦਿਲ ਵਿਚ ਚਹੁੰ ਕੂਟੀਂ ਝੁੱਲੇ
ਇਸ ਵਿਚ ਸਤਰੰਗੀ ਸਭਰੰਗੀ ਪੀਂਘ ਝੁਲੇਂਦੀ
ਇਸ 'ਤੇ ਚਮਕੇ ਸੂਰਜ ਹਰ ਮੱਥੇ ਦਾ।

ਰੱਤ-ਰੰਗਾ ਝੰਡਾ –
ਕਾਇਨਾਤ ਦੀ ਚਾਦਰ
ਕੋਰਾ ਕਾਗ਼ਜ਼ –
ਜਿਸ ਦੇ ਉੱਤੇ ਸਭ ਤੋਂ ਸੁਹਣਾ ਗੀਤ ਸਿਰਜਣਾ
ਧਰਤੀ ਦਾ ਸੀਨਾ –
ਜੋ ਤਣ ਖਲੋਤਾ ਬ੍ਰਹਿਮੰਡ ਦੇ ਵਿਚ।
ਰੱਤ-ਰੰਗਾ ਝੰਡਾ –
ਮਿਹਨਤਕਸ਼ ਦੀ ਪੱਗ ਦਾ ਸ਼ਮਲਾ
ਸ਼ਗਨਾਂ ਦੀ ਮੌਲੀ
ਵਸਲ ਦੀ ਮਹਿੰਦੀ
ਚੁੰਮਣਾਂ ਦੀ ਸੁਰਖ਼ੀ
ਸਿਰ ਦਾ ਪੱਲਾ
ਜ਼ਖਮ ਦੀ ਪੱਟੀ
ਯੋਧੇ ਦਾ ਖੱਫਣ
ਰੂਹ ਦੀ ਚਮੜੀ

ਰੱਤ-ਰੰਗਾ ਝੰਡਾ –
ਬਾਲ ਚੁੰਘਾਂਦੀ ਮਾਂ ਵਾਂਙਣ ਮਹਿਕੇ
ਇਾ ਦੇ ਉੱਤੇ ਨਿਤ ਗਾਣਾਂ ਗੈ ਗੀਾ ਪਿਆਰ ਦੀ
ਕਰਨਾਂ ਇਸ ਨਾਲ ਲਾਡੇ-ਮਾਡੇ

ਜਿਉਂ ਕਤੂਰਾ ਲੀਰਾਂ ਦੇ ਨਾਲ਼ ਖੇਡੇ

ਆਖ਼ਿਰ ਆਈ ਤਾਂ ਸੌਂ ਜਾਣਾ ਮੈਂ
ਸੁੱਖ ਦੀ ਨੀਂਦੇ ਉੱਤੇ ਲੈ ਕੇ

ਇਸ ਝੁੱਲਦੇ ਰਹਿਣਾ ਸਦਾ-ਸਦਾ ਲਈ
ਉਨ੍ਹਾਂ ਲਈ ਵੀ
ਜਿਨ੍ਹਾਂ ਨੂੰ ਇਸਦੀ ਸਾਰ ਨਹੀਂ ਹੈ
ਇਹ ਝੰਡਾ ਮੈਨੂੰ ਲੋੜੀਦਾ॥

ਕੇਵਲ ਕੌਰ ਦੀ ਯਾਦ ਵਿਚ

ਮੌਤ
ਬੰਦ ਹੋਏ ਟੈਲੀਵੀਯਨ ਦੀ ਸਕ੍ਰੀਨ ਹੈ
ਜਿਸ ਵਿਚ ਮੈਨੂੰ ਅਪਣਾ-ਆਪ ਨਜ਼ਰ ਆਉਂਦਾ ਹੈ

ਮੌਤ
ਟੁੱਟਾ ਗਿਆ ਜਾਮ
ਜਾਮ ਵਾਲ਼ੇ ਹੱਥ ਦੀ ਕੰਬਣੀ
ਮਿੱਟੀ ਚ ਜੀਰ ਚੁੱਕੀ ਸ਼ਰਾਬ ਹੈ

ਮੌਤ
ਉਹ ਡਰਾਉਣਾ ਸੁਪਨਾ
ਜੋ ਲੱਖ ਭੁਲਾਇਆਂ ਮੁੜ-ਮੁੜ ਯਾਦ ਆਉਂਦਾ ਹੈ

ਮੌਤ
ਮਰ ਚੁੱਕੀ ਦੋਸਤੀ ਦਾ ਨਾਂ
ਜੋ ਅਪਣੇ ਨਾਲ਼ ਅਪਣੀਆਂ ਯਾਦਾਂ ਵੀ ਲੈ ਜਾਂਦੀ ਹੈ

ਮੌਤ
ਕੰਨੀਆਂ ਤੋਂ ਫਟੇ ਖ਼ਤ ਜਿੰਨੀ ਹੌਲ਼ੀ
ਤੇ ਹਉਕੇ ਤੋਂ ਭਾਰੀ
ਮੌਤ
ਸਫ਼ੇਦ ਪਰਛਾਈਂ
ਜੋ ਮੇਰੇ ਅੰਦਰ ਜ਼ਿੰਦਗੀ ਤੋਂ ਛਹਿ ਕੇ ਚੱਲਦੀ
ਨੇਰ੍ਹੇ ਚ ਵੀ ਮੇਰਾ ਪਿੱਛਾ ਨਹੀਂ ਛੱਡਦੀ

ਮੌਤ ਹੈ
ਕਿਉਂਕਿ ਜ਼ਿੰਦਗੀ ਹੈ

...

ਤੂੰ ਏਂ ਝੱਲਾ
ਤੂੰ ਏਂ ਭੁੱਲਾ
ਤੂੰ ਨਈਂ ਕੱਲਾ
ਕੱਲਾ ਨਹੀਂ ਕੋਈ ਹੁੰਦਾ।

ਜੋ ਕੁਝ ਵੀ ਹੈ ਡਿੱਠਾ ਜਾਂ ਅਣਡਿੱਠਾ
ਉਸਦੇ ਨਾਲ਼ ਨੇ ਹਰਦਮ ਰਹਿੰਦੇ ਯਾਦਾਂ ਦੇ ਪਰਛਾਵੇਂ
ਜਾਗਦਿਆਂ ਸੰਗ ਜਾਗਣ ਪੁਰਖੇ
ਸੁੱਤਿਆਂ ਜਾਗਣ ਸੁਪਨੇ ਅੰਦਰ ਸੁਪਨੇ।

ਯਾਦਾਂ ਤੋਂ ਕੋਈ ਕਰੇ ਕਿਨਾਰਾ
ਜਾ ਬੈਠੇ ਮਸਤੀ ਦੇ ਕੰਢੇ
ਓਥੇ ਵੀ ਉਹ ਹੋਏ ਨਾ ਕੱਲਾ
ਉਸ ਦੇ ਨਾਲ਼ ਹੈ ਹਰਦਮ ਰਹਿੰਦਾ
ਉਹ ਕੱਲਿਆਂ ਦਾ ਕੱਲਾ।
ਉਹ ਕੱਲਿਆਂ ਦਾ ਕੱਲਾ ਵੀ ਹੈ ਨਹੀਂ ਇਕੱਲਾ
ਇਕਲਾਪੇ ਤੋਂ ਡਰ ਕੇ ਤਾਂਹੀਓਂ
ਉਸ ਨੇ ਸਾਰੀ ਰਾਸ ਰਚਾਈ
ਸ਼ਬਦ ਸਾਜਿਆ ਸਿਮਰ ਮਨਾਈ।
ਤੇਰਾ ਚਾਹੇ ਲੱਗੇ ਨ ਲੱਗੇ
ਉਸਦਾ ਦਿਲ ਹੈ ਲੱਗਾ।
ਤੂੰ ਹੋ ਨਈਂ ਸਕਣਾ ਕੱਲਾ॥

...

ਕੌਣ ਹੈ ਮੈਨੂੰ ਖੇਡ ਰਿਹਾ?
ਹੋਣੀ ਦੀ ਇਹ ਖੇਡ ਅਨੋਖੀ
ਕੌਣ ਅਵਾਣਾ ਖੇਲੇ ਹੈ ਨਿਤ ਪਰਦੇ ਉੱਤੇ?

ਲੰਮ-ਸਲੰਮੀ ਨਦੀ ਕਿਨਾਰੇ
ਕੱਲਮਕੱਲਾ
ਟੋਇਆਂ ਦੇ ਵਿਚ ਡਿਗਦਾ-ਢਹਿੰਦਾ
ਪੈਰਾਂ ਦੇ ਵਿਚ ਪੱਥਰ ਅੜਦੇ
ਮੂਧੇ-ਮੂੰਹ ਡਿਗ ਪੈਂਦਾਂ
ਢਹਿ ਜਾਵਾਂ ਜਿਉਂ ਖ਼ਾਕ ਦੀ ਢੇਰੀ
ਟੁਟ ਜਾਂਦਾ ਹਾਂ ਕੱਚ ਦੇ ਵਾਂਙੂ
ਫਿਰ ਉੱਠਦਾ ਹਾਂ ਟੁਕੜਾ ਟੁਕੜਾ ਕਰ ਕੇ ਕੱਠਾ
ਮੁੜ ਤੁਰਦਾ ਹਾਂ ਨਦੀ ਕਿਨਾਰੇ
ਨਦੀ ਨ ਮੁੱਕਦੀ ਪੰਧ ਨ ਮੁੱਕਦਾ
ਫਿਰ ਓਹੀ ਕੁਛ ਹੁੰਦਾ ਕਿਨਕਾ ਕਿਨਕਾ ਟੁਕੜੇ ਟੁਕੜੇ

ਮੇਰੇ ਵਸ ਵਿਚ ਕੁਝ ਵੀ ਨਾਹੀਂ
ਤੁਰਨਾ ਖੀਣਾ ਹੋਣਾ-ਥੀਣਾ
ਮੈਂ ਕਠਪੁਤਲਾ ਡੋਰ ਤਾਂ ਉਸਦੇ ਹੱਥੇ
ਜੋ ਮੈਨੂੰ ਨਿਤ ਖੇਲੇ

ਮੈਂ ਨਹੀਂ ਡਿਗਦਾ
ਓਹ ਡਿਗਦਾ ਹੈ
ਮੈਂ ਨਹੀਂ ਹਰਦਾ
ਓਹ ਹਰਦਾ ਹੈ
ਜੇ ਹਰਨਾ ਮੇਰੀ ਹੈ ਹੋਣੀ
ਤਾਂ ਹਰਨਾ ਉਸਦੀ ਕਿਉਂ ਹੋਣੀ?
ਅਨੰਤ ਸਜ਼ਾ ਇਹ ਮੈਂ ਨਈਂ
ਓਹੀ ਭੋਗ ਰਿਹਾ ਹੈ
ਜੇ ਓਹ ਹੁੰਦਾ
ਸਰਬਗਿਆਤਾ
ਅਲ-ਅਲੀਮ ਮਹਾਖਿਲਾੜੀ
ਇਹ ਘਾਟੇ ਦੀ ਖੇਡ ਨਾ ਕਦੇ ਰਚਾਉਂਦਾ।
ਬਾਲ ਅਵਾਣਾ ਨਿਸਦਿਨ ਮੈਨੂੰ ਖੇਡ ਰਿਹਾ ਹੈ॥

ਮੋਰ

ਚਾਤ੍ਰਿਕ ਮੋਰ ਬੋਲਤ ਦਿਨ ਰਾਤੀ॥ ਮਹਲਾ ੪॥

ਉਡਦੇ ਮੋਰ ਨੂੰ ਦੇਖੋ
ਹੌਲੀ-ਹੌਲੀ ਦੇਖੋ
ਲੰਮੀਆਂ ਜਟਾਂ ਵਾਲ਼ਾ
ਪੈਰਾਂ-ਭਾਰ ਬੈਠਾ ਯੋਗੀ ਉੜ ਰਿਹਾ ਹੈ
ਝੂਮਦਾ ਮਲਕੜੇ-ਜਹੇ ਧਿਆਨ ਦੀ ਧਰਤੀ 'ਤੇ ਪੱਬ ਟਿਕਾਉਂਦਾ ਹੈ।

ਧਿਆਨ ਦੀ ਧਰਤੀ 'ਤੇ ਹੀ ਸਭ ਕੁਝ ਹੁੰਦਾ ਹੈ –
ਮੋਰ ਪੈਲਾਂ ਪਾਉਂਦਾ ਹੈ
ਮੋਰਨੀ ਰੀਝਦੀ ਹੈ
ਮੋਰ ਦੇ ਹੰਝੂ ਪੀ ਕੇ ਉਹਦੇ ਗਰਭ ਠਹਰਦਾ ਹੈ
ਮੋਰ ਬੱਦਲਾਂ ਨੂੰ ਲੋਚਦਾ ਹੈ
ਬੱਦਲ ਮਿੱਟੀ ਨੂੰ ਲੋਚਦੇ ਹਨ

ਰਹਿਮਤ ਦੇ ਵਰ੍ਹਦੇ ਮੀਂਹ ਵਿਚ ਭਿੱਜੇ ਮੋਰ ਨੂੰ ਦੇਖੋ
ਉਹਦੇ ਪੰਖ ਦੀ ਅੱਖ ਵਿਚ ਅਟਕ ਗਏ ਮੀਂਹ ਦੇ ਕ਼ਤਰੇ ਨੂੰ ਦੇਖੋ
ਉਡਦੇ ਮੋਰ ਦੇ ਨਾਲ਼-ਨਾਲ਼ ਉੜੋ
ਧਿਆਨ ਦੀ ਧਰਤੀ 'ਤੇ ਉਤਰ ਆਓ
ਤੇ ਦਿਨੇ ਰਾਤ ਬੋਲ਼ਦੇ ਮੋਰ ਨੂੰ ਸੁਣੋ॥

ਤ੍ਰਿਕਾਲ ਸੰਧਯਾ

ਸੁਆਣੀਆਂ ਦੇ ਹੱਥਾਂ ਚ ਰਿਜ਼ਕ ਹੈ
ਇਹ ਵੇਲਾ ਸੱਚ ਬੋਲਣ ਦਾ ਹੈ
ਇਹ ਵੇਲਾ ਹਰਣਾਖਸ਼ ਦੇ ਮਰਨ ਦਾ ਹੈ
ਇਹ ਵੇਲਾ ਆਉਣ ਵਾਲ਼ੇ ਕਲੂ ਦਾ ਕੋਈ ਬੀਜ ਹੈ
ਜੋ ਡਿੱਗਣਾ ਹੈ ਅੰਧਕਾਰ ਦੀ ਕੁੱਖ ਵਿਚ
ਬਹੁਤ ਸਾਰੇ ਸੂਰਜਾਂ ਦਾ ਬੀਜ ਬਣ ਕੇ
ਨਮਸਕਾਰ ਅੰਧਕਾਰ   ਅੰਧਕਾਰ ਨਮਸਕਾਰ

ਇਹ ਵੇਲਾ ਜੋ ਅੱਜ ਬਹੁੜਿਆ ਤ੍ਰੈਕਾਲ਼ ਦਾ
ਸਹੰਸ ਵਰ੍ਹਿਆਂ ਤੋਂ ਬਾਅਦ
ਦਸ ਦਿਸ਼ਾਵਾਂ ਦਾ ਹੋ ਕੇ ਸੰਗਮ
ਇਸ ਉੱਤੇ ਖਲੋ
ਤੂੰ ਤੇ ਮੈਂ
ਮੈਂ ਤੇ ਤੂੰ
ਕੀਲ ਸਕਦੇ ਹਾਂ ਹੋਣੀ ਦੇ ਅੱਥਰੇ ਅਸ਼ਵ ਨੂੰ
ਅੰਗ ਲਾ ਸਕਦੇ ਹਾਂ ਸਾਰੇ ਵਿਸ਼ਵ ਨੂੰ
ਮੁੜ ਕੇ ਨਹੀਂ ਆਵਣਾ ਇਹ ਸਮਾਂ

ਦਿਲ ਧੜਕਣ ਦੀ ਜਾਚ ਨਾ ਭੁੱਲਣ ਕਦੇ
ਪਰਿੰਦੇ ਉੱਡਣ ਦਾ ਅੰਦਾਜ਼ ਨਾ ਵਿਸਰਨ ਕਦੇ
ਦਿਲਾਂ ਚ ਜੋਤ ਅੱਖਾਂ ਦੀ ਸਲਾਮਤ ਰਹੇ
ਕੁੱਖ ਗੀਤਾਂ ਦੀ ਹਮੇਸ਼ਾਂ ਹੀ ਫਲ਼ਦੀ ਰਹੇ

ਮਾਂ ਸੰਝਕਰਨੀ ਦੇ ਨਾਂ
ਰਿਜ਼ਕ ਖ਼ਾਤਰ ਜੁੜਦੀ ਹਯਾਤੀ ਦੇ ਨਾਂ
ਦਿਲਾਂ ਦੇ ਰਾਹ ਦੇਖਦੇ ਦਿਲਾਂ ਦੇ ਨਾਂ
ਤੂੰ ਮੇਰੇ ਹੋਠਾਂ 'ਤੇ ਅਪਣੇ ਹੋਠ ਰਖ
ਹਿਜਰ ਦਾ ਇਕੱਲਤਾ ਦਾ ਉਮਰ ਭਰ ਦਾ ਜ਼ਹਿਰ ਚੱਖ

ਮੇਰਾ ਸੱਖਣ ਲੋਚਦੀ ਤੇਰਾ ਖ਼ਿਲਾਅ
ਮੇਰੀ ਚਿੰਤਾ ਲੋੜਦੀ ਤੇਰਾ ਸ਼ੁਦਾਅ
ਤੂੰ ਮੈਨੂੰ ਸੰਖ ਵਾਂਙੂੰ ਪੂਰ ਦੇ
ਏਸ ਪਲ ਏਸ ਘੜੀ ਤੂੰ ਮੈਨੂੰ ਸੰਖ ਵਾਂਙੂੰ ਪੂਰ ਦੇ
ਅੱਜ ਜੁਗਾਂ ਤੋਂ ਬਾਅਦ ਕੋਈ ਨਾਦ ਅਨਹਦ ਗੂੰਜ ਦੇ

ਤੂੰ ਮੈਨੂੰ ਸੰਖ ਵਾਂਙੂ ਪੂਰ ਦੇ

... ...
... ...

ਗੂੰਜ ਉੱਠਣ ਪੰਜੇ ਤੱਤ
ਗੂੰਜੇ ਸੁਰ ਸਪਤਮੀ
ਗੂੰਜ ਉੱਠਣ ਚਾਰੇ ਪਾਸੇ
ਗੂੰਜ ਉੱਠੇ ਹੱਦੇ-ਨਜ਼ਰ
ਗੂੰਜ ਉੱਠੇ ਕਾਇਨਾਤ
ਗੂੰਜ ਉੱਠਣ ਸਾਰੇ ਰੰਗ
ਗੂੰਜ ਉੱਠੇ ਸੁੰਨ-ਸਿਖਰ
ਗੂੰਜ ਉੱਠਣ ਸਾਰੇ ਰਾਹ

ਤੂੰ ਮੇਰੇ ਹੋਠਾਂ 'ਤੇ ਅਪਣੇ ਹੋਠ ਰਖ
ਤੇ ਮੈਨੂੰ ਸੰਖ ਵਾਂਙੂ ਪੂਰ ਦੇ
ਮੁੜ ਕੇ ਨਹੀਂ ਆਵਣਾ ਇਹ ਸਮਾਂ...

ਹੁਣ-ਖਿਣ

ਮਸਾਂ-ਮਸਾਂ ਦਾ ਹੁਣ-ਖਿਣ ਆਇਆ।
ਹਵਾ ਦੇ ਸ਼ੀਸ਼ੇ ਅੰਦਰ
ਪਲ-ਪਲ ਵਟਦੇ ਰੂਪ ਦਾ ਝਉਲਾ ਪੈਂਦਾ।
ਤੇਰਾ ਰੂਪ ਮ੍ਰਿਗਜਲ ਵਰਗਾ
ਜੋ ਭੱਜੇ ਆਉਂਦੇ ਮਿਰਗਾਂ ਨੂੰ ਤੱਕ
ਮੇਰੇ ਦਿਲ ਦੇ ਵਾਂਙੂੰ ਕੰਬੇ।
ਮੈਂ ਇਸ ਪਿੱਛੇ ਨਹੀਓਂ ਨੱਸਣਾ
ਬਸ ਅੱਖਾਂ ਮੁੰਦ ਲਾਂ
ਨਾ ਛੁਹਵਾਂ ਨਾ ਦੇਖਾਂ ਇਸਨੂੰ।
ਜੇ ਛੁਹਿਆ ਤਾਂ ਹੱਥ ਨਹੀਂ ਆਉਣਾ
ਜੇ ਤੱਕਿਆ ਤਾਂ ਟੁੱਟ ਜਾਵੇਗਾ।
ਜੇ ਮੈਂ ਉੱਚਾ ਸਾਹ ਲਿਆ ਤਾਂ
ਜੇ ਮੈਂ ਇਸਨੂੰ ਮੁੜ ਚਿਤਵਿਆ
ਬਣਾ-ਬਣਾਤਾ ਮੰਜ਼ਰ ਖਿਰ ਜਾਣਾ ਹੈ।
ਇਹ ਇਤਨਾ ਨਾਜ਼ੁਕ ਇਤਨਾ ਹੌਲਾ
ਖ਼ਿਆਲ ਦਾ ਭਾਰ ਸਹਿਣ ਨਾ ਜੋਗਾ।
ਮਸਾਂ-ਮਸਾਂ ਦਾ ਹੁਣ-ਖਿਣ ਆਇਆ।
ਰੁਣਝੁਣ ਲੱਗੀ।
ਰੰਗਾਂ 'ਤੇ ਕੋਈ ਭੀੜ ਬਣੀ ਹੈ।
ਜੋ ਰੰਗ ਲਗਦਾ ਸੋਈ ਨਾ ਚੜਦਾ
ਤੇਰੇ ਰੂਪ ਦਾ ਕੈਸਾ ਰੰਗ ਹੈ...

ਟੇਮਜ਼ ਕੰਢੇ

ਸੰਝ ਪਈ 'ਤੇ
ਟੇਮਜ਼ ਕੰਢੇ ਲਕੜੀ ਦੇ ਪੁੱਲ ਉੱਤੇ
ਉਹ ਸੀ ਤੇ ਮੈਂ ਸੀ
ਨਾ ਉਹ ਪੰਜਾਬੀ ਜਾਣੇ ਨਾ ਮੈਂ ਉਸਦੀ ਬੋਲੀ
ਬੋਲ ਰਹੇ ਸਾਂ ਪ੍ਰੇਮ-ਪਿਆਰ ਦੀ ਟੁੱਟੀ-ਫੁੱਟੀ ਭਾਸ਼ਾ
ਜਗਦੇ ਇਸ਼ਤਿਹਾਰ ਦੀ ਨੀਲੀ ਲੋਅ ਵਿਚ ਡੁੱਬਾ
ਸਭ ਕੁਝ ਨੀਲਾ ਨੀਲਾ ਸੀ

ਉਹ ਮੇਰੇ ਹੱਥੋਂ ਅਪਣਾ ਹੱਥ ਛੁਡਾ ਕੇ ਕਹਿੰਦੀ:
ਨਹੀਂ, ਮੈਂ ਨਹੀਂ...
ਰੱਬ ਵਾਸਤੇ ਚੁੰਮ ਨਾ ਮੈਨੂੰ
ਮੈਂ ਨ ਜਾਣਾ, ਕੀ ਭਲਕੇ ਹੋ ਜਾਣਾ
ਇਹ ਸੋਚ ਕੇ ਦਿਲ ਮੇਰੇ ਨੂੰ ਕੁਛ-ਕੁਛ ਹੁੰਦਾ
ਮੈਥੋਂ ਪੁੱਛ ਨਾ ਕਿਉਂ ਕਿਵੇਂ ਦੀਆਂ ਗੱਲਾਂ...

ਘੁੱਗੀ ਸੁਰ ਵਿਚ ਜਹਾਜ਼ ਦਾ ਘੁੱਗੂ ਵੱਜਾ।

ਲਹਿਰਾਂ ਛਪ-ਛਪ ਕੰਢੇ ਸੰਗ ਟਕਰਾਈਆਂ।
ਮਿੱਟੀ ਰੰਗੀਆਂ ਦੋ ਬੱਤਖਾਂ
ਬਰੇਤੇ ਉੱਤੇ ਖੜੀਆਂ ਨਾ ਹਿੱਲੀਆਂ ਨਾ ਜੁੱਲੀਆਂ।

ਨੀਲੀ ਲੋਅ ਵਿਚ ਡੁੱਬਾ ਸਭ ਕੁਝ ਨੀਲਾ ਨੀਲਾ ਸੀ।
ਅੱਜਲਾਂ ਦੇ ਸਵਾਲਾਂ ਨੂੰ ਫਿਰ ਅੱਜ ਕੋਈ ਉੱਤਰ ਨਾ ਮਿਲਿਆ॥

ਕੌਵੈਂਟ ਗਾਰਡਨ ਲੰਦਨ

ਕੌਵੈਂਟ ਗਾਰਡਨ ਦੇ ਖੁੱਲ੍ਹੇ ਰੈਸਤੋਰਾਂ ਵਿਚ
ਉਹ ਸੀ ਤੇ ਮੈਂ ਸੀ
ਘੁਟ-ਘੁਟ ਪੀਂਦੇ ਦੋਹਵੇਂ ਇੰਜ ਪੀਂਦੇ ਸਾਂ
ਜਿਉਂ ਸਗਲ ਸ੍ਰਿਸ਼ਟੀ ਸਾਜਣ ਵਾਲ਼ੇ ਹੋਈਏ

ਦੇਖ ਰਹੇ ਸਾਂ ਜਗ ਤਮਾਸ਼ਾ –
ਜਾਦੂਗਰ ਜਾਦੂ ਪਏ ਕਰਦੇ
ਅਗਨੀ ਖਾਵਣ ਵਾਲੇ
ਤਾਰ ਦੇ ਉੱਤੇ ਤੁਰਦੇ ਢੋਲ ਵਜਾਵਣ ਵਾਲ਼ੇ ਬੰਦੇ

ਮੈਂ ਉਸਨੂੰ ਪੁੱਛਿਆ –
ਕੀ ਤੂੰ ਜਾਣੇ ਇਹ ਸਭ ਕਿਉਂ ਹੈ
ਇਹ ਖੇਲ ਤਮਾਸ਼ਾ?

ਵਾਲ਼ ਸਵਾਰਦੀ ਹਉਕਾ ਲੈਂਦਿਆਂ
ਉਹ ਆਹਿਸਤਾ ਬੋਲੀ –
ਪਤਾ ਨਹੀਂ...

ਉਹਦੀਆਂ ਮੁੰਨੀਆਂ ਕੱਛਾਂ ਵਿਚ ਦੀ ਹਿੱਕੜੀ ਛਲਕੀ

ਕਰਤਬ ਕਰਦੇ ਬੰਦੇ ਮਚਦੀ ਲਾਟ ਮੂੰਹ ਵਿਚ ਪਾ ਲਈ
ਤੇ ਥਾਪ ਢੋਲ ਦੀ ਹੋਰ ਵੀ ਉੱਚੀ ਹੋ ਗਈ

ਭੋਗਾਵਸਥਾ

ਉਹ ਸੇਜ ਮਾਣਦਿਆਂ ਆਖਣ ਲੱਗੀ –
ਤੂੰ ਮੇਰਾ ਚਾਨਣ...

ਮੈਂ ਭਰਿਆ ਹੁੰਗਾਰਾ –
ਤੂੰ ਮੇਰੀ ਸੂਰਜ
ਮੈਂ ਤੇਰਾ ਜਾਇਆ...

ਕੁੱਖ ਵਿਚ ਲੈ ਮੈਨੂੰ ਆਖਣ ਲੱਗੀ –
ਮੈਂ ਤੇਰੀ ਜਨਨੀ
ਮੈਂ ਜਣਿਆ ਤੈਨੂੰ ਲੱਖਾਂ ਵਾਰੀ।

ਮਾਂ ਨੀ, ਦਸ ਤਾਂ ਮੈਨੂੰ ਮਿਰਾ ਕੌਣ ਪਿਤਾ ਹੈ?

ਕੋਟ ਜਨਮ ਦੀ ਮਮਤਾ ਬੋਲੀ –
ਪਤਾ ਨਹੀਂ।
ਸ਼ਾਇਦ ਤੂੰ ਆਪੇ ਪੁਤਰ, ਆਪ ਪਿਤਾ ਹੈਂ
ਆਪ ਆਪੇ ਦਾ ਜਾਇਆ।

ਫਿਰ ਮੈਨੂੰ ਉਹ ਉਸ ਦੁਨੀਆ ਵਿਚ ਲੈ ਗਈ
ਜਿਥੇ ਕੁਝ ਵੀ ਨਹੀਂ ਹੈ
ਨਾ ਰਿਸ਼ਤਾ ਨਾ ਕਾਇਆ॥

ਸਟੋਕਹੋਮ ਤੋਂ ਪਿਕਚਰ ਕਾਰਡ

ਜਹਾਜ਼ ਦਾ ਲੰਗਰ
ਕਿਨਾਰੇ 'ਤੇ ਪਿਆ
ਅਲਸਾ ਰਿਹਾ ਹੈ ਮਰਗਮੱਛ ਵਾਂਛ
ਕਿੰਨੇ ਮਾਹੋ-ਸਾਲ
ਕਿੰਨੇ ਹੱਥ
ਕਿੰਨੇ ਰੁਮਾਲ
ਏਸ ਨੇ ਨਿਗਲ਼ ਲਏ

ਜਲਪਰੀ
ਹੁਣੇ ਤ੍ਰੇਹ ਨਾਲ਼ 'ਮੱਛ ਦਾ ਪੇਟ ਚੀਰ
ਬਾਹਰ ਆਏਗੀ
ਤੇ ਪੰਖੀ ਦੇ ਪਰਾਂ 'ਤੇ ਚੜ੍ਹ
ਬੱਦਲ਼ਾਂ ਚ ਅਲੋਪ ਹੋ ਜਾਏਗੀ
ਫਿਰ ਸਾਗਰ 'ਤੇ ਮੀਂਹ ਬਰਸੇਗਾ
ਪਾਣੀ ਨੂੰ ਪਾਣੀ ਤਰਸੇਗਾ॥

...

ਨਿਤ ਮੁਕੱਦਮਾ ਚਲਦਾ।
ਜਿਰਹਾ ਕਦੇ ਨਾ ਮੁੱਕਦੀ
ਨਾ ਇਹ ਮੁੱਕਣਹਾਰੀ।
ਮੈਂ ਹੀ ਮੁਨਸਿਫ਼
ਮੈਂ ਹੀ ਮੁਲਜ਼ਿਮ
ਕੋਈ ਹੋਰ ਨਾ ਹਾਰੀਸਾਰੀ।

ਰੋਜ਼ ਤਰੀਖ਼ ਹੈ ਪੈਂਦੀ ਰਹਿੰਦੀ
ਮੁਕੱਦਮਾ ਕਦੇ ਨਾ ਮੁੱਕਣਾ।
ਮੁਲਜ਼ਿਮ ਮੁਨਸਿਫ਼ ਦੋਹਵਾਂ ਇਕ ਦਿਨ ਮੁੱਕ ਜਾਣਾ ਹੈ॥

...

ਕਦੇ-ਕਦਾਈਂ ਵਿਚ ਅਖ਼ਬਾਰੀਂ ਗੱਲ ਇਹ ਛਪਦੀ –
ਕਿਸੇ ਦੀ ਪਾਈ ਚਿੱਠੀ ਵੀਹੀਂ ਤੀਹੀਂ ਸਾਲੀਂ ਆਖ਼ਿਰ ਆਣ ਟਿਕਾਣੇ ਲੱਗੀ।
ਦੂਰ ਵਸੇਂਦੇ ਮੇਰੇ ਸੱਜਣਾਂ ਨੇ ਵੀ ਮੈਨੂੰ ਚਿੱਠੀ ਪਾਈ
ਆਖ਼ਿਰੀ ਸਾਹ ਤਕ ਸਾਹ ਨਿਭਾਣ ਦਾ ਵਾਅਦਾ ਕੀਤਾ।
ਉਹ ਚਿੱਠੀ ਰਾਹ ਵਿਚ ਕਿਧਰੇ ਅਟਕ ਗਈ ਹੈ।
ਆਖ਼ਿਰ ਇਕ ਦਿਨ ਆ ਜਾਵੇਗੀ।
ਤਾਂ ਕੀ ਹੋਇਆ ਓਦੋਂ ਨਾ ਲਿਖਤਮ ਨਾ ਪੜ੍ਹਤਮ ਹੋਣਾ।
ਹਉਕੇ ਭਰ ਕੇ ਗੱਲਾਂ ਕਰਨਗੇ ਲੋਕੀਂ ਮਿਲ਼ਕੇ –
ਨੇਕ ਰੂਹਾਂ ਦਾ ਮੇਲ਼ ਨਾ ਹੋਇਆ।
ਭਾਗਾਂ ਵਾਲ਼ੇ, ਕਿਸੇ ਨੇ ਕਿਸੇ ਨੂੰ ਯਾਦ ਤਾਂ ਕੀਤਾ...

...

ਕੋਈ ਬਾਤ ਨਹੀਂ
ਮੈਂ ਹੌਲੀ-ਹੌਲੀ ਕਰਕੇ ਤੇਰਾ ਪਿਆਰ ਭੁਲਾ ਦੇਵਾਂਗਾ।
ਭੁਲਾ ਦੇਣ ਨੂੰ ਸਮਾਂ ਹੈ ਲਗਦਾ
ਸਮਾਂ ਹੀ ਕਹਿੰਦੇ ਜ਼ਖ਼ਮਾਂ ਨੂੰ ਭਰਦਾ।
ਨਿੱਕੀਆਂ-ਨਿੱਕੀਆਂ ਗੱਲਾਂ ਤਾਂ ਮੈਂ ਭੁੱਲਾ ਨਈਂ ਅੱਜ ਤਾਈਂ –
ਕਿਉਂ ਇਕ ਵਾਰੀ ਮਾਂ ਨੇ ਕੀਤੀ ਮਾਰਕੁਟਾਈ।
ਮੈਂ ਭੁੱਲਾ ਨਈਂ ਅੱਜ ਤਾਈਂ ਉਸ ਮੁੰਡੇ ਦੀ ਹਰਕਤ
ਨਿੱਕੇ ਹੁੰਦੇ ਜਿਹਨੇ ਸੀ ਮੇਰੀ ਪੁਸਤਕ ਪਾੜੀ।
ਤੀਜਾ ਜ਼ਖਮ ਜੋ ਅਜੇ ਵੀ ਅੱਲਾ ਉਸ ਕੁੜੀ ਦਾ
ਜਿਸ ਨਾਲ ਰਾਹ ਜਾਂਦਿਆਂ ਘੜੀ ਬਿਤਾਈ।
ਗੱਲ ਤਾਂ ਭਾਵੇਂ ਕੁਝ ਵੀ ਨਹੀਂ ਸੀ
ਉਹਨੂੰ ਅੱਜ ਤਾਈਂ ਭੁੱਲ ਨਈਂ ਸਕਿਆ।
ਨਿੱਕੀ-ਜ੍ਹੀ ਗੱਲ ਭੁੱਲ ਜਾਵਣ ਨੂੰ ਪੂਰੀ ਇਕ ਉਮਰ ਚਾਹੀਦੀ।
ਜੀਉਣ-ਦਾਤੀਏ
ਤੂੰ ਮੈਨੂੰ ਸੌ ਉਮਰਾਂ ਦੇ ਦੇ
ਵਾਅਦਾ ਜਾਣੀਂ
ਮੈਂ ਹੌਲੀ-ਹੌਲੀ ਕਰਕੇ ਤੇਰਾ ਪਿਆਰ ਭੁਲਾ ਦੇਵਾਂਗਾ।

ਸਾਂਭ ਕੇ ਰੱਖੀ ਚੀਜ਼

ਸਾਂਭ ਕੇ ਰੱਖੀ ਚੀਜ਼ ਨੂੰ ਦੇਖ ਲਗਦਾ ਹੈ ਕਿ ਮੈਂ ਹਾਂ ਕਿ ਮੇਰਾ ਵੀ ਕੋਈ ਹੈ।
ਸਾਂਭ ਕੇ ਰੱਖੀ ਚੀਜ਼ ਮੈਨੂੰ ਚੇਤੇ ਕਰਾਉਂਦੀ ਹੈ ਕਿ ਤੂੰ ਨਹੀਂ ਏਂ, ਤੇਰਾ ਤਾਂ ਕੋਈ ਨਹੀਂ।
ਸਾਂਭ ਕੇ ਰੱਖੀ ਚੀਜ਼ ਮੈਨੂੰ ਸੁਨਾਉਤ ਕਰਦੀ ਹੈ –
ਤੂੰ ਸਾਂਭ ਕੇ ਰੱਖਣ ਵਾਲੀ ਚੀਜ਼ ਨਹੀਂ, ਤੇਰਾ ਪੱਕਾ ਸਰਨਾਵਾਂ ਕੋਈ ਨਹੀਂ।
ਸਾਂਭ ਕੇ ਰੱਖੀ ਚੀਜ਼ ਮੇਰੀ ਛਾਤੀ 'ਤੇ ਪਿਆ ਮਣਾਂ-ਮੂੰਹੀਂ ਭਾਰ ਹੈ।
ਸਾਂਭ ਕੇ ਰੱਖੀ ਚੀਜ਼ ਸੋਚਣ ਲਾਉਂਦੀ ਹੈ ਕਿ ਇਹਦਾ ਨਾ ਅੰਤ ਹੈ ਤੇ ਨਾ ਆਦਿ।
ਸਾਂਭ ਕੇ ਰੱਖੀ ਚੀਜ਼ ਸਾਬਿਤ ਕਰਦੀ ਹੈ ਕਿ ਕਿਸੇ ਕਰਤਾ ਨੇ ਇਹਨੂੰ ਸਾਜਿਆ ਸੀ।
ਸਾਂਭ ਕੇ ਰੱਖੀ ਚੀਜ਼ ਸਾਰੀ ਕਾਇਨਾਤ ਦਾ ਧੁਰਾ ਹੁੰਦੀ ਹੈ।
ਵਿਰਾਸਤ ਚ ਮਿਲੀ ਸਾਂਭ ਕੇ ਰੱਖੀ ਚੀਜ਼ ਮੈਨੂੰ ਕਹਿੰਦੀ ਹੈ –
ਤੂੰ ਤਾਂ ਮੁੱਕ ਜਾਣਾ ਹੈ, ਤੂੰ ਨਾਸ਼ਵਾਨ ਏਂ।
ਸਾਂਭ ਕੇ ਰੱਖੀ ਚੀਜ਼ ਸਮਝਾਉਂਦੀ ਹੈ – ਮੇਰੇ ਵਲ ਦੇਖ, ਸਭ ਕੁਝ ਇਥੇ ਰਹਿ ਜਾਣਾ ਹੈ।
ਸਾਂਭ ਕੇ ਰੱਖੀ ਚੀਜ਼ ਹੱਸਦੀ ਹੈ ਕਿ ਮਨੁੱਖ ਹਾਲੇ ਤਾਈਂ ਪੂਰਾ ਪਾਗਲ ਨਹੀਂ ਹੋਇਆ,
        ਨਾ ਆਤਮਹੱਤਿਆ ਕੀਤੀ।
ਸਾਂਭ ਕੇ ਰੱਖੀ ਚੀਜ਼ ਕਦੇ ਨ ਮੁੱਕਣ ਵਾਲਾ ਤਰਲਾ ਹੈ ਨਾ ਭੁੱਲਣ ਦਾ।
ਸਾਂਭ ਕੇ ਰੱਖੀ ਚੀਜ਼ ਸੱਜਣਾਂ ਨਾਲ ਮੇਰੀ ਗੱਲ ਕਰਾਉਂਦੀ ਹੈ।
ਸਾਂਭ ਕੇ ਰੱਖੀ ਚੀਜ਼ ਮੈਨੂੰ ਵਰਾਉਂਦੀ ਹੈ, ਬੰਦਿਆ ਦਿਲ ਨੂੰ ਟਿਕਾਣੇ ਰੱਖ।
ਸਾਂਭ ਕੇ ਰੱਖੀ ਚੀਜ਼ ਅਪਣੀ ਵਿਪਰੀਤ ਯਾਤਰਾ ਦੇ ਮੈਨੂੰ ਝੂਟੇ ਦਵਾਉਂਦੀ ਹੈ।
ਸਾਂਭ ਕੇ ਰੱਖੀ ਚੀਜ਼ ਹਮੇਸ਼ਾ ਹੁਣ-ਖਿਣ ਚ ਹੁੰਦੀ ਹੈ ਤੇ
        ਮੈਨੂੰ ਅਪਣੇ ਨਾਲ-ਨਾਲ ਰਖਦੀ ਹੈ।
ਸਾਂਭ ਕੇ ਰੱਖੀ ਚੀਜ਼ ਨੂੰ ਮੈਂ ਛੇਵੀਂ ਹਿਸ ਨਾਲ ਭੋਗਦਾ ਹਾਂ।
ਸਾਂਭ ਕੇ ਰੱਖੀ ਚੀਜ਼ ਸਮੇਂ ਦੀ ਕੁੱਖ ਵਿਚ ਪਈ ਹੈ ਮੁੜ ਜੰਮਣ ਦੀ ਉਡੀਕ ਕਰਦੀ।
ਸਾਂਭ ਕੇ ਰੱਖੀ ਚੀਜ਼ ਵਹਿੰਦੇ ਪਾਣੀ ਚ ਪਿਆ ਪੱਥਰ ਹੈ।
ਸਾਂਭ ਕੇ ਰੱਖੀ ਚੀਜ਼ ਕਿਸੇ ਦੀ ਗੁਆਚੀ ਹੋਈ ਚੀਜ਼ ਹੈ।
ਸਾਂਭ ਕੇ ਰੱਖੀ ਚੀਜ਼ ਕਿਸੇ ਦੀ ਸੁੱਟੀ ਹੋਈ ਚੀਜ਼ ਹੈ।
ਸਾਂਭ ਕੇ ਰੱਖੀ ਚੀਜ਼ ਕਿਸੇ ਤੋਂ ਵਿਛੜੀ ਹੋਈ ਚੀਜ਼ ਹੈ।
ਸਾਂਭ ਕੇ ਰੱਖੀ ਚੀਜ਼ ਹਰ ਦਮ ਯਾਦ ਕਰਾਉਂਦੀ ਹੈ –
ਵਿਛੋੜਾ ਪਲੋ-ਪਲੀ ਵਧ ਰਿਹਾ ਤੇ ਜਾਨ ਘਟ ਰਹੀ ਹੈ।
ਸਾਂਭ ਕੇ ਰੱਖੀ ਚੀਜ਼ ਦੇਖ ਮੈਂ ਸੋਚਦਾ ਹਾਂ –
ਇਹ ਸਾਂਭ ਕੇ ਰੱਖਣ ਵਾਲੀ ਚੀਜ਼ ਨਹੀਂ, ਪਰ ਫੇਰ ਵੀ ਸਾਂਭੀ ਰੱਖਦਾ ਹਾਂ।
ਮੈਨੂੰ ਲਗਦਾ ਹੈ ਕਿ ਸਾਂਭ ਕੇ ਰੱਖੀ ਚੀਜ਼ ਵਾਕਿਆ ਹੀ
        ਸਾਂਭ ਕੇ ਰੱਖਣ ਵਾਲੀ ਚੀਜ਼ ਹੈ।
ਸਾਂਭ ਕੇ ਰੱਖੀ ਚੀਜ਼ ਕਦੇ ਵੀ ਕੰਮ ਨਹੀਂ ਆਉਂਦੀ, ਪਰ ਹੁੰਦੀ ਕੰਮ ਦੀ ਹੈ।
ਸਾਂਭ ਕੇ ਰੱਖੀ ਚੀਜ਼ ਕਦੇ ਨਹੀਂ ਮਿਲਦੀ।

．．．

ਕਦੇ-ਕਦੇ ਬੰਦਾ ਅਪਣੇ ਦਿਮਾਗ ਨਾਲ਼ ਸੋਚਦਾ ਹੈ
ਕਿਸੇ ਹੋਰ ਦਿਮਾਗ ਬਾਰੇ
ਜਿਸਦਾ ਉਹ ਖ਼ਿਆਲ ਨਹੀਂ ਬਣ ਸਕਿਆ

ਦਿਮਾਗ ਸੋਚਦਾ ਹੈ –
ਉਸਨੇ ਮੈਨੂੰ ਅਪਣੀ ਦੁਨੀਆ ਚ ਵਸਾਇਆ ਕਿਉਂ ਨਹੀਂ
ਉਹ ਮੇਰੇ ਬਾਰੇ ਉਸ ਤਰ੍ਹਾਂ ਕਿਉਂ ਨਹੀਂ ਸੋਚਦਾ
ਜਿਵੇਂ ਮੈਂ ਉਹਦੇ ਬਾਰੇ ਸੋਚਦਾ ਹਾਂ
ਉਹ ਮੈਨੂੰ ਅਪਣਾ ਕਿਉਂ ਨਹੀਂ ਮੰਨਦਾ
ਕੀ ਉਹ ਇਸ ਵੇਲੇ ਮੇਰੇ ਬਾਰੇ ਸੋਚ ਰਿਹਾ ਹੈ
ਤੇ ਮੈਨੂੰ ਅਪਣੇ ਤੋਂ ਦੂਰ ਹੋਰ ਦੂਰ ਕਰਨ ਦੇ ਜਤਨਾਂ ਚ ਹੈ

ਪਰ ਬੰਦੇ ਦਾ ਦਿਮਾਗ ਕਹਿੰਦਾ ਹੈ –
ਉਹ ਮੈਂ ਤੋਂ ਤਾਂ ਨਹੀਂ ਭੁੱਲਦਾ
ਭੁਲਾਣ ਦੇ ਜਤਨਾਂ ਚ ਉਹ ਨੇੜੇ ਹੋਰ ਨੇੜੇ ਆਉਂਦਾ ਹੈ
ਦਿਮਾਗ ਪੁੱਛਦਾ ਹੈ –
ਕਿ ਕੀ ਵਰ੍ਹੇ ਛਿਮਾਹੀਂ ਵੀ ਉਹਨੂੰ ਮੇਰਾ ਖ਼ਿਆਲ ਨਹੀਂ ਆਉਂਦਾ
ਉਹਨੂੰ ਮੇਰਾ ਸੁਪਨਾ ਤਾਂ ਆਉਂਦਾ ਹੋਵੇਗਾ
ਸਿਰਫ਼ ਸੁਪਨੇ ਬੰਦੇ ਦੇ ਵਸ ਨਹੀਂ ਹੁੰਦੇ
ਫਿਰ ਉਹਨੂੰ ਅਪਣੇ 'ਤੇ ਹੀ ਸ਼ਕ ਹੋਣ ਲਗਦਾ ਹੈ –
ਮੈਂ ਤੇ ਮੇਰਾ ਦਿਮਾਗ ਦੋ ਹਸਤੀਆਂ ਹਨ
ਫਿਰ ਮੈਂ ਕੌਣ ਹੋਇਆ
ਇਹ ਸੋਚਾਂ ਸੋਚਦਿਆਂ ਬੰਦਾ ਦਿਮਾਗ ਨਾਲ਼ ਸੋਚਣਾ ਛਡ ਕੇ
ਸਾਰੇ ਸਵਾਲ ਦਿਲ ਨਾਲ਼ ਸੋਚਣ ਲਗਦਾ ਹੈ

ਨਾਚ

ਸ਼ਾਮ ਘਟਾ ਚੜ੍ਹ ਆਈਆਂ

ਵੱਸਣ ਲੱਗੇ ਬੱਦਲ ਨੂੰ ਤਕ ਬਨਸਪਤ ਪਸਮੀ

ਮਿੱਟੀ ਨੂੰ ਹੁਸ਼ਿਆਰੀ ਆਈ

ਰੋਮ ਰੋਮ ਵਿਚ ਢੋਲਕ ਵੱਜੇ

ਦੋ ਢਕ ਦੋ ਢਕ

ਵਰੁਦੇ ਮੀਂਹ ਵਿਚ ਆਪਾਂ ਦੋਹਵੇਂ ਨੱਚ ਰਹੇ ਹਾਂ ਨੰਗ-ਮੁਨੰਗੇ

ਨਿੱਕੀ ਨਿੱਕੀ ਕਣੀ ਨੇ ਕੀਤਾ ਜੱਗ ਤੋਂ ਓਹਲਾ

ਤ੍ਰਿਖਾ ਬੁੱਝਦੀ ਕਣੀਆਂ ਕਣੀਆਂ

ਕਿਣਮਿਣ ਕਣੀਆਂ ਜਾਂ ਨੂੰ ਬਣੀਆਂ

ਛੱਜੀ-ਖਾਰੀਂ ਮੀਂਹ ਦੇ ਅੰਦਰ

ਦੋ ਮੂਰਤੀਆਂ ਇਕ ਜੋਤੀ ਬਲਦੀ

ਸਾਹ ਸੁਗੰਧੇ

ਬਲਦੇ ਚੁੰਮਣ ਸਤ ਸਾਗਰ ਦੀ ਰਸਨਾ

ਮਿੱਟੀ ਵਿੱਚੋਂ ਵੀਰਜ ਲਹੂ ਤੇ ਮੁੜ੍ਹਕੇ ਦੀ ਗੰਧ ਆਵੇ

ਲੂੰ ਲੂੰ ਵੱਜਣ ਅੰਕੁਰ-ਛਮਕਾਂ

ਹਰ ਬੂੰਦ ਸਵਾਂਤੀ ਪਿੰਡਾ ਚੁੰਮੇ

ਜਿਕਣ ਮਾਂ ਦਾ ਹੱਥ ਪਹਿਲੀ ਵਾਰੀ ਅਪਣੇ ਨਵਜਾਤ ਨੂੰ ਛੁਹਵੇ

ਜਾਂ ਹੱਥ ਪਿਤਾ ਦਾ

ਜਿਸ ਭਰੀ ਦੁਨੀਆ ਵਿਚ ਹੱਥ ਬਾਲ ਦਾ ਘੁੱਟ ਕੇ ਫੜਿਆ

ਜਿਉਂ ਦਾਈ ਬੀਬੀ ਪ੍ਰਥਮ ਇਸ਼ਨਾਨ ਕਰਾਵੇ

ਤੇ ਅਠਸਠ ਤੀਰਥ ਲੈ ਕੇ ਜਾਵੇ

ਵਰੁਦੇ ਮੀਂਹ ਵਿਚ ਆਪਾਂ ਦੋਹਵੇਂ ਨੱਚ ਰਹੇ ਹਾਂ ਨੰਗ-ਮੁਨੰਗੇ

ਨਿੱਕੀ ਨਿੱਕੀ ਕਣੀ ਨੇ ਕੀਤਾ ਜੱਗ ਤੋਂ ਓਹਲਾ

ਤੂੰ ਮੈਨੂੰ ਪਹਿਨ ਲੈ

ਤੂੰ ਮੈਨੂੰ ਪਹਿਨ ਲੈ
ਨੱਚਦਿਆਂ ਮੇਰਾ ਤੇਰੇ ਅੰਗ ਅੰਗ ਨਾਲ਼ ਖਹਿਣ ਨੂੰ ਜੀਅ ਕਰਦਾ ਹੈ
ਤੂੰ ਮੈਨੂੰ ਗਾਨੀ ਬਣਾ ਕੇ ਪਾ ਲੈ
ਮੈਂ ਤੇਰੀ ਸ਼ਾਹਰਗ ਦੇ ਨੇੜੇ-ਨੇੜੇ ਰਹਿਣਾ ਚਾਹੁੰਦਾ ਹਾਂ

ਤੂੰ ਮੈਨੂੰ ਇੰਜ ਪਹਿਨ ਲੈ –
ਜਿਵੇਂ ਰੂਹ ਪਿੰਡਾ ਪਹਿਨਦੀ ਹੈ
ਜਿਵੇਂ ਧੁਨੀਆਂ ਨੇ ਸ਼ਬਦ ਪਹਿਨੇ ਹੋਏ ਨੇ
ਜਿਵੇਂ ਬੀਅ ਛਿਲ ਪਹਿਨਦਾ ਹੈ
ਜਿਵੇਂ ਕਿਤਾਬ ਹੱਥਾਂ ਦੀ ਛੂਹ ਪਹਿਨਦੀ ਹੈ
ਜਿਵੇਂ ਸਮੁੰਦਰ ਨੇ ਆਕਾਸ਼ ਪਹਿਨਿਆ ਹੋਇਆ ਹੈ
ਜਿਵੇਂ ਕਾਇਨਾਤ ਰੱਬ ਦਾ ਲਿਬਾਸ ਹੈ
ਤੂੰ ਮੈਨੂੰ ਇੰਜ ਪਹਿਨ ਲੈ

ਤੂੰ

ਤੂੰ ਕੋਈ ਭਾਣਾ
ਨਾਲ਼ ਮੇਰੇ ਜੋ ਵਰਤ ਰਹੀ ਹੈਂ ਖਿਣ ਖਿਣ
ਜਿਕਣ ਟਿੱਬਿਆਂ ਉੱਤੇ ਚੰਨ ਦੀ ਠੰਢਕ
ਕਿਣਕਾ ਕਿਣਕਾ ਪਿੰਡੇ ਰਚਦੀ
ਮਚਦੀ ਭਖ ਨੂੰ ਠਾਰ ਰਹੀ ਹੈ

ਡਾਰੋਂ ਵਿਛੜ ਅਪਣੇ ਆਪ ਤੋਂ ਡਰ ਕੇ
ਭੱਜੀ ਜਾਂਦੀ ਹਿਰਨੀ ਹੈਂ ਤੂੰ
ਤੂੰ ਸੋਚੇਂ ਹੰਤਾ ਲੁਕਿਆ ਚੌਹੀਂ ਤਰਫ਼ੀਂ
ਉਹ ਤਾਂ ਕਿਤੇ ਨਹੀਂ ਹੈ

ਮੈਂ ਤੇਰੀ ਕੁੱਖ ਦਾ ਖ਼ਿਆਲ ਅਨੋਖਾ
ਜੋ ਪਹਿਲਾਂ ਅਪਣੇ ਸੁਪਨੇ ਆਇਆ
ਉਹ ਹੋਣ ਲਈ ਹੁਣ ਤਰਸ ਰਿਹਾ ਹੈ
ਉਹ ਹੋਵਣ ਤੋਂ ਪਹਿਲਾਂ ਹੀ ਤੜਪ ਰਿਹਾ ਹੈ

ਤੂੰ ਕੋਈ ਭਾਣਾ
ਨਾਲ਼ ਮੇਰੇ ਜੋ ਵਰਤ ਰਹੀ ਹੈਂ ਖਿਣ ਖਿਣ
ਜਿਕਣ ਟਿੱਬਿਆਂ ਉੱਤੇ ਚੰਨ ਦੀ ਠੰਢਕ
ਕਿਣਕਾ ਕਿਣਕਾ ਪਿੰਡੇ ਰਚਦੀ
ਮਚਦੀ ਭਖ ਨੂੰ ਠਾਰ ਰਹੀ ਹੈ

ਘਰ

ਤੇਰੇ ਵਜੂਦ ਨੇ ਮੈਨੂੰ ਇੰਜ ਸਾਂਭਿਆ ਹੋਇਆ ਹੈ
ਜਿਵੇਂ ਬੇੜੀ ਮੱਲਾਹ ਨੂੰ ਸਾਂਭ ਰਖਦੀ ਹੈ
ਜਿਵੇਂ ਧਰਤੀ ਨੇ ਸਮੁੰਦਰ ਸਾਂਭਿਆ ਹੋਇਆ ਹੈ

ਤੇਰੀਆਂ ਗੁ਼ਲਾਈਆਂ
ਮੇਰੀਆਂ ਨਜ਼ਰਾਂ ਚ ਲੂਣ ਦੀ ਡਲੀ ਵਾਂਗ ਘੁਲ ਰਹੀਆਂ ਹਨ

ਤੇਰੀਆਂ ਉਂਗਲ਼ਾਂ
ਹਵਾ ਵਿਚ ਮੇਰਾ ਘਰ ਬੁਣ ਰਹੀਆਂ ਹਨ

ਤੇਰੀ ਵਾਣੀ ਮੇਰੇ ਰੋਮ ਰੋਮ ਚ ਰਚ ਰਹੀ ਹੈ

ਚੁੱਪ ਦੀ ਲੋਅ ਵਿਚ
ਤੇਰੀਆਂ ਪਲਕਾਂ ਝਪਕਣ ਦੀ ਵਾਜ ਵੀ ਸੁਣਦੀ ਹੈ

ਇਹ ਥਾਂ ਜਿਥੇ ਆਪਾਂ ਰਾਤ ਦੀ ਰਾਤ ਹਾਂ
ਮੈਨੂੰ ਅਪਣਾ ਘਰ ਲਗਦਾ ਹੈ
ਤੂੰ ਜਿਥੇ ਕਿਤੇ ਵੀ ਹੈਂ ਮੇਰੇ ਨਾਲ਼
ਓਹੋ ਮੇਰਾ ਘਰ ਹੈ

…

ਤੇਰੇ ਬੋਲ ਲੰਘਦੇ-ਕਰਦੇ ਚੇਤੇ ਆਉਂਦੇ –
ਆਪਾਂ ਇਕ ਦੂਜੇ ਨੂੰ ਏਨਾ ਚਾਹੀਏ, ਏਨਾ ਚਾਹੀਏ
ਇਕ ਦੂਜੇ ਦੇ ਰੱਬ ਹੋ ਜਾਈਏ
ਤੇ ਸ਼ਰਤ ਕੋਈ ਨ ਹੋਵੇ ਨਾ ਬੰਧਨ ਨਾ ਸੀਮਾ।

ਹੈਰਤ ਹੁੰਦੀ ਤੇਰੀ ਗੱਲ ਤੋਂ
ਤੂੰ ਜੋ ਹੋਰ ਨਛੱਤਰੋਂ ਆਖੀ
ਹੌਲੀ ਹੌਲੀ ਸਮਝ ਆ ਗਈ।
ਤੈਨੂੰ ਪਾ ਲੈਵਣ ਦੀ ਤਾਂਘ ਦੇ ਅੰਦਰ
ਤੇਰੇ ਕੋਲ਼ ਹੋਵਣ ਦੀ ਸ਼ਰਤ ਨਹੀਂ ਤਾਂ ਕੀ ਹੈ
ਤੇਰੀਆਂ ਯਾਦਾਂ ਪਿੱਛੇ ਮੇਰੀਆਂ ਯਾਦਾਂ ਦਾ ਬੰਧਨ ਹੈ
ਆਪਾਂ ਦੋਹਵੇਂ ਰਿਸ਼ਤੇ ਦੀ ਸੀਮਾ ਵਿਚ ਬੱਝੇ।

ਅੱਜ ਤੀਸਰਾ ਨੇਤਰ ਖੁੱਲ੍ਹਾ ਮੇਰਾ –
ਹੁਣ ਤੇਰੇ ਬਾਝੋਂ ਮੈਂ ਨਈਂ ਮਰਨਾ।
ਪਰ ਇਕ ਹੋਰ ਜਣਾ
ਜੋ ਮੇਰੇ ਅੰਦਰ ਤੈਨੂੰ ਅਪਣੇ ਵਿਚ ਵਸਾ ਕੇ ਬੈਠਾ
ਤੈਨੂੰ ਹਰ ਦਮ ਲੋਚੇਗਾ, ਤੜਪੇਗਾ, ਮੁੱਕ ਜਾਵੇਗਾ।
ਉਸ ਉੱਤੇ ਮੇਰਾ ਵਸ ਨਹੀਂ ਚਲਦਾ।

ਮੈਂ ਹੁਣ ਤੈਨੂੰ ਪਿਆਰ ਕਰਾਂਗਾ
ਜਿਵੇਂ ਕਰਨ ਨੂੰ ਤੂੰ ਕਿਹਾ ਸੀ
ਹੁਣ ਹੋਰ ਕੋਈ ਨਾ ਚਾਰਾ ਚੱਲੇ…

…

ਕੋਈ ਕੁਛ ਨਈਂ ਭੁੱਲਦਾ
ਜੋ ਵੀ ਵਾਪਰਦਾ ਹੈ, ਉਹ ਸਦਾ ਵਾਸਤੇ ਹੋ ਜਾਂਦਾ ਹੈ –
ਲੋਹੇ ਵਿਚ ਢਲ ਗਿਆ ਅੱਖਰ
ਕੁੱਜੇ ਵਿਚ ਬੰਦ ਕਰ ਲੀਤਾ ਸੱਪ
ਬੱਚਾ ਜੰਮ ਰਹੀ ਤੀਵੀਂ
ਸਭ ਕੁਝ ਵਰਤ ਰਿਹਾ ਹੈ –
ਤਿਰੀ ਆਵਾਜ਼ ਯਾਦ ਤੇ ਮੁਸਤਕਬਿਲ

ਵਰ੍ਹੇ ਬੀਤ ਜਾਵਣ 'ਤੇ
ਲੋਹੇ ਦੇ ਅੱਖਰਾਂ ਨੂੰ ਹਵਾ ਖੋਰਨ ਲਗਦੀ
ਯਾਦਾਂ ਦੀ ਛੁਹ ਨਾਲ਼ ਅੱਖਰ ਘਸਦੇ ਜਾਂਦੇ
ਅੱਖਰ ਮਿਟ ਜਾਂਦੇ ਪਰ ਛੁਹ ਨਈਂ ਮਿਟਦੀ

ਅੱਖਾਂ ਮੁੰਦ ਮੈਂ ਸੋਚ ਰਿਹਾ ਹਾਂ –
ਨੰਗੇ ਪੈਰ ਤਿਰੇ ਘਸੀਆਂ ਹੋਈਆਂ ਪੌੜੀਆਂ ਚੜ੍ਹਦੇ
ਅਜਾਇਬਘਰ ਵਿਚ ਤੀਵੀਂ ਦੇ ਬੁੱਤ ਦੀ ਨੰਗੀ ਛਾਤੀ
ਜਿਸ ਉੱਤੇ ਸਾਰੀ ਦੁਨੀਆ ਦੇ ਮੁੰਡਿਆਂ ਦੀਆਂ ਉਂਗਲਾਂ ਦੇ ਨਿਸ਼ਾਨ ਲੱਗੇ ਹਨ
ਪੰਜਾਬੀ ਪੋਥੀ
ਜਿਸ ਤੋਂ ਤੇਰੇ ਪਿੰਡੇ, ਪਾਣੀ ਤੇ ਸਾਹਵਾਂ ਦੀ ਖ਼ੁਸ਼ਬੂ ਆਵੇ
ਤੂੰ ਮੇਰੀ ਧੀ ਨੂੰ ਦੁੱਧ ਚੁੰਘਾਵੇਂ

ਅੱਖਾਂ ਮੁੰਦ ਮੈਂ ਸੋਚ ਰਿਹਾ ਹਾਂ
ਕੋਈ ਭਲਾ ਕਿਵੇਂ ਭੁੱਲ ਜਾਂਦਾ ਹੈ
ਜੋ ਕੁਝ ਵੀ ਵਾਪਰਦਾ ਹੈ ਉਸਦੇ ਨਾਲ਼

...

ਤੇਰੇ ਹੱਥਾਂ ਵਿਚ ਕੀ ਬਰਕਤ
ਅੱਜ ਵੀ ਯਾਦਾਂ ਦੇ ਵਿਚ
ਤੇਰੇ ਛੁਹਿਆਂ ਮੈਂ ਹੋਇਆ ਹੋ ਜਾਵਾਂ।

ਮੈਂ ਨਿਤ ਚੜ੍ਹਦਾਂ ਉੱਚੀ ਘਾਟੀ
ਬਰਫ਼ਾਨੀ ਝੱਖੜ ਦੇ ਵਿਚ
ਨਾਲ਼ ਤੂੰ ਮੇਰੇ ਤੁਰਦੀ ਜਾਂਦੀ
ਸਾਹਵੇਂ ਰਸਤਾ ਤੇਰੀਆਂ ਅੱਖੀਆਂ ਤੋਂ ਮੇਰੀਆਂ ਨਜ਼ਰਾਂ ਤੀਕਣ
ਝਕਦਾ-ਝਕਦਾ ਠਰਿਆ ਹੱਥ ਮਿਰਾ
ਤੇਰੇ ਕੋਟ ਦੀ ਜੇਬ ਦੇ ਅੰਦਰ ਨਿਘ ਭਾਲ਼ਦਾ।
ਤੂੰ ਸੰਕਦੀ-ਸੰਕਦੀ ਅਪਣਾ ਹੱਥ ਮੇਰੇ ਹੱਥੋਂ ਪਰ੍ਹਾਂ ਹਟਾਵੇਂ
ਆਪਾਂ ਗੱਲਾਂ ਕਰਦੇ ਜਾਂਦੇ
ਪਰ ਧਿਆਨ ਦੋਹਵਾਂ ਦਾ ਹਾਲੇ ਵੀ ਉਸ ਜੇਬ ਦੇ ਅੰਦਰ
ਜਿਥੇ ਹੱਥ ਅਪਣੇ ਪਿਠ ਵਲ ਪਿਠ ਕਰਕੇ ਬੈਠੇ
ਇਕ ਦੂਜੇ ਨੂੰ ਲੋਚਣ ਤਰਸਣ।

ਫਿਰ ਪਤਾ ਨਈਂ ਕਿਸ ਨੇ ਪਹਿਲਾਂ ਪੈਹਲ ਕੀਤੀ
ਪੋਟੇ ਦੇ ਨਾਲ਼ ਪੋਟਾ ਛੁਹਿਆ
ਦੋਹਵੇਂ ਹੱਥ ਇਕਦਮ ਬਾਹਰ ਨਿਕਲੇ
ਜਿਉਂ ਪਿੰਜਰੇ ਵਿੱਚੋਂ ਪੰਛੀ ਘਬਰਾ ਕੇ ਉੜ ਜਾਵਣ

ਆਪਾਂ ਚੜ੍ਹਦੇ ਜਾਈਏ ਉੱਚੀ ਘਾਟੀ
ਬਰਫ਼ਾਨੀ ਝੱਖੜ ਅੰਦਰ
ਆਪਾਂ ਗੱਲਾਂ ਕਰਦੇ ਜਾਂਦੇ
ਪਰ ਧਿਆਨ ਦੋਹਵਾਂ ਦਾ ਹਾਲੇ ਵੀ ਉਸ ਜੇਬ ਦੇ ਅੰਦਰ

ਤੇਰੇ ਹੱਥਾਂ ਵਿਚ ਕੀ ਬਰਕਤ
ਅੱਜ ਵੀ ਯਾਦਾਂ ਦੇ ਵਿਚ
ਤੇਰੇ ਛੁਹਿਆਂ ਮੈਂ ਹੋਇਆ ਹੋ ਜਾਵਾਂ॥

ਸੋਮਵਾਰ ਸਵੇਰੇ

ਸੋਮਵਾਰ ਸਵੇਰੇ ਕੰਮ ਨੂੰ ਜਾਂਦਾ ਬੰਦਾ ਸੋਚਦਾ ਹੈ –
ਜੇ ਇਹ ਸੋਮਵਾਰ ਨਾ ਹੁੰਦਾ ਤਾਂ ਕਿੰਨਾ ਚੰਗਾ ਹੁੰਦਾ
ਉਹ ਇਹ ਨਈਂ ਸੋਚਦਾ
ਕਿ ਸਮੇਂ ਦਾ ਮਹਿਲ
ਸੱਤਾਂ ਦਿਨਾਂ ਦੀ ਬੁਨਿਆਦ 'ਤੇ ਖੜ੍ਹਾ ਹੈ
ਕੋਈ ਇਕ ਦਿਨ ਵੀ ਕੱਢਿਆਂ
ਸਮੇਂ ਦਾ ਮਹਿਲ ਢਹਿ ਜਾਵੇਗਾ ਪਰਲੋ ਆ ਜਾਵੇਗੀ

ਧਰਤੀ ਸੋਮਵਾਰ 'ਤੇ ਟਿਕੀ ਹੋਈ ਹੈ
ਸੋਮਵਾਰ ਦੇ ਹੋਰ ਕਈ ਨਾਂ ਹਨ –
ਪਲ ਪਹਿਰ ਦਿਨ ਬਾਰਾਂਮਾਹ
ਸਾਲ ਸਦੀਆਂ ਸਭਜੁਗ
ਰਾਤਾਂ ਤੇ ਰੁੱਤਾਂ

ਬੰਦਾ ਸੋਮਵਾਰ ਤੋਂ ਮੁਕਤ ਹੋਣਾ ਚਾਹੁੰਦਾ ਹੈ
ਬੰਦਾ ਸੋਮਵਾਰ ਤੋਂ ਮੁਕਤ ਹੋ ਕੇ ਕਿਤੇ ਚਲੇ ਜਾਣਾ ਚਾਹੁੰਦਾ ਹੈ
ਇਹ ਸੋਚਦਾ ਸੋਚਦਾ ਬੰਦਾ
ਸੋਮਵਾਰ ਸਵੇਰੇ ਸਿਰ ਸੁੱਟ ਕੇ ਕੰਮ 'ਤੇ ਲਗ ਜਾਂਦਾ ਹੈ

24 ਅਕਤੂਬਰ 1994, ਦਿਨ ਸੋਮਵਾਰ

ਸ਼ੁਕਰਵਾਰ

ਸਮਾਂ ਦੌੜਦਾ ਜਾਂਦਾ ਹਾਥੀ ਵਾਂਙੂੰ ਮਸਤ-ਮਲੰਗਾ ਧਰਤੀ ਪੁੱਟਦਾ
ਸੋਮ ਤੋਂ ਲੈ ਕੇ ਵੀਰਵਾਰ ਤਾਈਂ ਸਾਰਾ ਹਾਥੀ ਦਾ ਹੈ ਮੇਚਾ
ਤੇ ਸ਼ੁਕਰ ਇਸਦੀ ਪੂਛ਼ਲ ਨਿੱਕੀ
ਇਹ ਵੀ ਲੰਘ ਜਾਣੀ ਹੈ
ਇਹ ਸੋਚ ਕੇ ਮਨ ਕੋਠੀ ਲੱਗੇ ਕੈਦੀ* ਵਾਂਙੂੰ ਖ਼ੁਸ਼ ਹੋ ਜਾਂਦਾ

ਤੇ ਵੀਕਐਂਡ?
ਵੀਕਐਂਡ ਤਾਂ ਮਾਨੋ ਬਿੱਲੀ ਮਿਆਊਂ ਮਿਆਊਂ ਕਰਦੀ
ਵੀਕਐਂਡ ਤਾਂ ਸੁੰਨੀ ਗਲ਼ੀ ਦੇ ਵਿਚ ਦੀ ਪੋਲੇ ਪੈਰੀਂ ਲੰਘ ਜਾਂਦਾ ਹੈ
ਅੱਗੇ ਫੇਰ ਇਕ ਹੋਰ ਹਾਥੀ ਤਿਆਰ ਖਲੋਤਾ ਮਿਲ਼ਦਾ

* ਕੋਠੀ ਲੱਗੇ ਕੈਦੀ ਦਾ ਮਤਲਬ ਹੈ – ਜਿਹਨੂੰ ਫਾਂਸੀ ਦਿੱਤੀ ਜਾਣੀ ਹੋਵੇ

ਸਵੇਰ

ਕੋਸਾ-ਠੰਢਾ ਮੌਸਮ ਆਇਆ
ਬਾਹਰ ਧੁਪ ਵੀ ਖ਼ੂਬ ਚੜ੍ਹੀ ਹੈ।
ਫਿਰ ਤੈਨੂੰ ਕੀ ਝੋਰਾ ਲੱਗਾ ਸੁਬ੍ਹਾ-ਸਵੇਰੇ?
ਰਾਤੀਂ ਦਾਰੂ ਵੀ ਨ ਬਹੁਤੀ ਪੀਤੀ।
ਅੱਭੜਵਾਹੇ ਉੱਠਿਆ ਦਿਲ ਖ਼ੁੱਸਦਾ ਸਾਹ ਘੁੱਟਦਾ ਹੈ।
ਕਰ ਪੈਰਾਂ ਵਿਚ ਆਂਗਿਸ ਹੈ ਨਾ।
ਤਲ਼ੀਆਂ ਵਿਚ ਤਰੇਲ਼ੀ ਕੰਬੇ।
ਏਦਾਂ ਲਗਦਾ ਜਿੱਦਾਂ ਡੁੱਬਣ ਲੱਗਾ ਗੋਤੇ ਖਾਵਾਂ।

ਹੈਂ! ਵਿੱਛੜੇ ਸੱਜਣਾਂ ਦੀ ਯਾਦ ਆਵਣ ਦਾ ਇਹ ਕਿਹੜਾ ਵੇਲਾ?
ਜਾਂ ਤੂੰ ਐਸਾ ਸੁਪਨਾ ਡਿੱਠਾ
ਜਾਗਣ-ਸਾਰ ਹੀ ਭੁੱਲ ਗਿਆ ਏਂ
ਜੋ ਤੇਰੇ ਜਿਸਮ ਦੇ ਅੰਦਰ ਹਾਲੇ ਵੀ ਹੈ ਸੁੱਤਾ।
ਜਾਂ ਤੈਨੂੰ ਉਸ ਅਣਹੋਣੀ ਦੀ ਚਿੰਤਾ
ਜੋ ਤੂੰ ਸੋਚੇਂ ਹੋ ਕੇ ਰਹਿਣੀ ਪਰ ਹੋਣੀ ਨਹੀਂ ਹੈ।

ਲੰਮੀਆਂ ਸੋਚਾਂ ਫੇਰ ਸੋਚ ਲਈਂ
ਹੁਣ ਹੈ ਛੋਟੀ ਸੋਚ ਦਾ ਵੇਲਾ
ਏਸੇ ਨੂੰ ਤੂੰ ਪੂਰੀ ਕਰ ਲਾ
ਨਹੀਂ ਤਾਂ ਕਠਨ ਬੜਾ ਹੋਉ ਜੀਣਾ।
ਛੱਡ ਚਿੰਤਾ ਤੂੰ ਉਠ ਕੇ ਬਹਿ ਜਾ।
ਤੱਤੀ ਚਾਹ ਦੀ ਪਿਆਲੀ ਪੀ ਕੇ
ਅਖ਼ਬਾਰ ਖਰੀਦਣ ਜਾਣਾ।
ਤੇ ਚੇਤਾ ਨਹੀਂ ਕੀ?
ਰੈੱਡ ਬਿਲ ਵੀ ਹਨ ਤਾਰਨ ਵਾਲ਼ੇ॥

* ਰੈੱਡ ਬਿਲ: ਗੈਸ ਬਿਜਲੀ ਫ਼ੋਨ ਵਗ਼ੈਰਾ ਦੇ ਬਿਲ, ਜੋ ਮੁਕੱਰਰ ਤਾਰੀਖ਼ ਤਕ ਹਰ ਹਾਲਤ
ਤਾਰਨੇ ਹੀ ਪੈਂਦੇ ਹਨ.

ਦੁਪਹਿਰ

ਸਮਾਂ ਬੂਹਾ ਮਲ ਖਲੋਤਾ
ਜ਼ਿੰਦੀ ਵੇਲਾ ਮੈਨੂੰ ਕਿਧਰੇ ਜਾਵਣ ਨਾ ਦਿੰਦਾ
ਅੱਖਾਂ ਦੇ ਵਿਚ ਅੱਖਾਂ ਪਾ ਕੇ ਤੱਕ ਰਿਹਾ ਹੈ।
ਆਖ਼ਿਰ ਮੈਨੂੰ ਪਤਾ ਨਾ ਚੱਲੇ
ਕਿਹੜੀ ਯਰਗਮਾਲ ਇਹ ਮੰਗ ਰਿਹਾ ਹੈ।
ਕੀ ਇਸ ਮੇਰੀ ਜਾਨ ਹੈ ਲੈਣੀ
ਉਹ ਤਾਂ ਇਹ ਮੁੱਢ-ਕਦੀਮੀਂ ਖੱਸ ਰਿਹਾ ਹੈ।

ਮੈਂ ਹਾਂ ਕੈਦੀ ਸਮੇਂ ਦਾ ਬਣਿਆ
ਕਿੰਜ ਤੋੜਾਂ ਮੈਂ ਅਣਦਿਸਦੀਆਂ ਕੰਧਾਂ?
ਕਿਸ ਧਰਤੀ ਵਿਚ ਸੁਰੰਗਾਂ ਪੁੱਟਾਂ?
ਜੇ ਫ਼ਰਾਰੀ ਹੋ ਵੀ ਜਾਵੇ
ਬਾਹਰ ਨਿਕਲ ਕੇ ਜਾਣੇ ਨੂੰ ਕਿਹੜੀ ਥਾਂ ਹੈ?
ਉਹ ਕਿਹੜੀ ਬਾਂਹ ਹੈ ਜੋ ਮੈਂ ਜਾ ਕੇ ਫੜਨੀ?
ਉਹ ਕਿਹੜੀ ਹੈ ਗਲਵੱਕੜੀ ਜਿਸ ਵਿਚ ਜਾ ਕੇ ਡਿੱਗਣਾ?

ਰਾਤ

ਇਹ ਜੋ ਬਾਹਰ ਦਾ ਨੇਰ੍ਹਾ
ਮੇਰੇ ਅੰਦਰ ਦਾ ਨੇਰ੍ਹਾ ਹੈ।
ਹੱਥ ਨੂੰ ਹੱਥ ਨਾ ਦਿਸਦਾ।
ਨ ਕੋਈ ਚੰਨ ਤੇ ਨਾ ਕੋਈ ਤਾਰਾ।
ਸਭ ਕੁਝ ਸੰਘਣੇ ਬੱਦਲਾਂ ਢਕਿਆ।
ਕੀ ਇਹ ਸਿਰ ਦੀ ਸਾਂ-ਸਾਂ ਜਾਂ ਬੀਂਡੇ ਬੋਲਣ
ਜਾਂ ਚਲਦੀ ਫ੍ਰਿੱਜ ਦਾ ਰੌਲ਼ਾ?
ਇਹਦੇ ਅੰਦਰ ਕੀ ਕੁਝ ਕੂੜਾ ਸਾਂਭ ਕੇ ਰੱਖਿਆ?
ਸਭ ਖਲਕਤ ਸੁੱਤੀ।
ਇਸ ਵੇਲੇ ਜਾਂ ਸੁਪਨਾ ਜਾਂ ਰੱਬ ਜਾਗਦਾ।
ਲੰਮੀ ਰਾਤ ਹਯਾਤੀ ਜਿੰਨੀ
ਇਹਦੇ ਮੁੱਕਿਆਂ ਹੀ ਦਿਨ ਚੜ੍ਹਨਾ।
ਇਹ ਜੋ ਬਾਹਰ ਦਾ ਨੇਰ੍ਹਾ
ਮੇਰੇ ਅੰਦਰ ਦਾ ਨੇਰ੍ਹਾ ਹੈ॥

13 ਨਵੰਬਰ 1994

ਅਖ਼ਬਾਰ ਕਲੰਡਰ ਦਸਦਾ –
ਅੱਜ ਤੇਰਾਂ ਨਵੰਬਰ ਸੰਨ ਚੁਰਾਨਵੇਂ ਈਸਾ
ਹੋਰ ਚਹੁੰ ਦਿਨਾਂ ਨੂੰ ਮੇਰੇ ਮੁੜ ਜੰਮਣ ਦਾ ਵੇਲਾ।
ਕੀ ਇਹ ਸੱਚੀਂ ਇਹੋ ਦਿਨ ਇਹੋ ਵਰ੍ਹਾ ਹੈ
ਮੈਂ ਨਾ ਜਾਣਾ
ਮੈਂ ਤਾਂ ਮੰਨ ਬੈਠਾ ਹਾਂ ਭਾਣਾ
ਰੱਖੇ ਨਾਵਾਂ ਪਾਰੋਂ ਵੀ ਸ਼ੈਆਂ ਹੋਵਣ
ਅੰਕਾਂ ਤੋਂ ਬਾਹਰ ਵੀ ਹੈ ਬਹੁਤ ਪਸਾਰਾ
ਨਾਮਕਰਨ ਤੋਂ ਪਹਿਲਾਂ ਵੀ ਸਭ ਕੁਝ ਇਹੋ ਕੁਝ ਸੀ
ਹੱਥ ਕਲਮ ਤੇ ਸਭ ਕੁਝ ਸਾਜਣ ਵਾਲ਼ਾ

ਸਾਰੇ ਨਾਮ ਹੀ ਝੂਠੇ
ਕੱਚ ਕੱਚ ਕਿਵੇਂ ਹੈ?
ਕਿਵੇਂ ਹੈ ਕਾਗ਼ਜ਼ ਕਾਗ਼ਜ਼?
ਦਿਲ ਦਸਤਾਨਾ ਕਿਉਂ ਨਈਂ?

ਕੋਈ ਨਾਮ ਨਹੀਂ ਹੈ ਅਸਲੀ
ਇਹ ਜਾਣਦਿਆਂ ਵੀ ਨਾਵਾਂ ਦੀ ਖੇਡ ਚ ਲੱਗਾਂ
ਨਾਵਾਂ ਵਾਲ਼ਿਆਂ ਤਾਂ ਦੁੱਖ ਦੇਣਾ
ਉਸ ਬੇਨਾਮ ਵੀ ਜਿੰਦ ਨੂੰ ਪੀੜ ਕੇ ਰੱਖਿਆ
ਸੁਣਿਆ ਅੱਜ ਤਾਰੀਖ਼ ਤੇਰਾਂ ਨਵੰਬਰ ਸੰਨ ਚੁਰਾਨਵੇਂ ਈਸਾ॥

ਮਾਂ-ਬੋਲੀ

ਮਾਂ-ਬੋਲੀ ਕੁੱਖ ਵਾਂਙੂ ਮੈਨੂੰ ਸਾਂਭੀ ਰਖਦੀ।
ਮਾਂ-ਬੋਲੀ ਮੇਰੀ ਮਾਂ ਦੀ ਕੱਛ ਹੈ
ਅਪਣੇ ਹੋਣ ਤੋਂ ਡਰਦਾ ਡਰਦਾ
ਜਿਸ ਵਿਚ ਰੋਜ਼ ਦਿਹਾੜੇ ਵੜਦਾਂ
ਫਿਰ ਮੈਨੂੰ ਨਾ ਰਹਿੰਦੀ ਚਿੰਤਾ
ਆਉਂਦੇ ਕਲੂ ਤੇ ਬੀਤੇ ਕੱਲੂ ਦੀ।

ਮਾਂ-ਬੋਲੀ
ਮੈਂ ਮਾਂ ਦੇ ਦੁੱਧੀਂ ਚੁੰਘੀ
ਬਾਬਲ ਮੇਰੇ ਕੰਬਣ-ਕੰਬਣ ਕਰਦੇ ਨਿੱਕੜੇ ਹੱਥ ਨੂੰ
ਅਪਣੇ ਹੱਥ ਵਿਚ ਲੈ ਕੇ ਲਿਖਣਾ ਦੱਸਿਆ
ਕਾਗ਼ਜ਼ ਦੇ ਨਾਲ਼ ਤਾਹੱਯਾਤੀ ਦੋਸਤੀ ਪਾਈ।

ਮਾਂ-ਬੋਲੀ ਚੋਂ ਬੂਰਾਂ-ਲੱਦੇ ਅੰਬਾਂ ਦੀ ਛਾਂ ਮਹਿਕੇ
ਮੋਰਾਂ ਵਾਂਙੂ ਪੈਲਾਂ ਪਾਉਂਦਾ ਕਾਲ਼ਾ ਬੱਦਲ
ਵੱਸਣ ਵੱਸਣ ਨੂੰ ਪਿਆ ਸਹਿਕੇ।

ਮਾਂ-ਬੋਲੀ ਵਿਚ ਮੇਰੀ ਮੀਤਾਂ ਦਾ ਪਿੰਡਾ ਲੁੱਸਣ ਲੁੱਸਣ ਦਗਦਾ
ਉਹਦੇ ਨਾੜੀਂ ਵਗਦੇ ਲਹੂ ਦੀ ਧੜਕਣ ਸੁਣਦੀ।

ਮਾਂ-ਬੋਲੀ ਵਿਚ ਮੇਰੇ ਪੁਰਖੇ ਸੁੱਤੇ
ਜਿਨ੍ਹਾਂ ਦੇ ਸੁਪਨੇ ਮੈਂ ਨਿਤ ਜਾਗਾਂ।

ਮਾਂ-ਬੋਲੀ ਵਿਚ ਮਿਰਜ਼ੇ ਹੀਰਾਂ ਅਲਖ ਜਗਾਵਣ।
ਮਾਂ-ਬੋਲੀ ਵਿਚ ਸ਼ਬਦ ਗੁਰਾਂ ਦੇ ਪਰੀਆਂ ਗਾਵਣ।
ਸਭ ਕੁਝ ਸਿਰਜੇ ਬਿਨਸੇ ਮਾਂ-ਬੋਲੀ ਹੀ॥

ਗੁਰਮੁਖੀ

ਗੁਰਮੁਖੀ ਹੈ
ਪੰਚਮੁਖੀ
ਕੰਚਮੁਖੀ
ਭਗਨਮੁਖੀ
ਹੈ ਪਵਨਮੁਖੀ।
ਜਲਮੁਖੀ
ਥਲਮੁਖੀ
ਹੈ ਨਭੋਮੁਖੀ।
ਮੌਨਮੁਖੀ
ਯੋਨਮੁਖੀ
ਹੈ ਮਾਤਮੁਖੀ।
ਹਰ ਜਾਤਿਮੁਖੀ
ਪੁਸ਼ਪਮੁਖੀ
ਲਿਪਤਮੁਖੀ
ਹੈ ਸੁਪਤਮੁਖੀ।
ਸੁਪਨਮੁਖੀ
ਹੈ ਸੂਰਜਮੁਖੀ
ਜਾਗ ਜਾਗ
ਹੇ ਦਹਮੁਖ ਮੰਡਲ॥

ਆਵਾਜ਼ਾਂ–।

ਅਨੋਖੀਆਂ ਘੜੀਆਂ ਹਨ ਇਹ –
ਸੰਖ ਘੰਟੀ ਤੇ ਅਜ਼ਾਨ
ਸਵੇਰ ਵੱਜਦੀ ਹੈ
ਸ਼ਾਮ ਵੱਜਦੀ ਹੈ
ਤਾਂ ਘੜੀ ਇਹ ਆਵਾਜ਼ਾਂ ਕੱਢਦੀ ਹੈ –
ਸੰਖ ਘੰਟੀ ਤੇ ਅਜ਼ਾਨ
ਧਰਤੀ ਇਨ੍ਹਾਂ ਆਵਾਜ਼ਾਂ ਦੁਆਲੇ ਘੁੰਮਦੀ ਹੈ
ਧਰਤੀ ਇਨ੍ਹਾਂ ਆਵਾਜ਼ਾਂ ਨੂੰ ਮੱਥਾ ਟੇਕਦੀ ਹੈ
ਧਰਤੀ ਇਨ੍ਹਾਂ ਆਵਾਜ਼ਾਂ ਵਿਚ ਅਪਣਾ-ਆਪ ਦੇਖਦੀ ਹੈ

ਆਵਾਜ਼ਾਂ – ॥

ਮੈਨੂੰ ਆਵਾਜ਼ਾਂ ਸੁਣਦੀਆਂ ਹਨ –

ਮਾਂ ਕੋਈ ਗੱਲ ਕਰਕੇ ਹੱਸੀ ਹੈ

ਪਿਉ ਦੇ ਬੋਲਦੇ ਦਾ ਗੱਚ ਭਰ ਆਇਆ ਹੈ

ਮੇਰੀ ਲੂਈਂ ਫੁਟ ਰਹੀ ਹੈ

ਸਾਰੀ ਛੁੱਟੀ ਦੀ ਘੰਟੀ ਵਜ ਰਹੀ ਹੈ

ਮੈਂ ਉਹਨੂੰ ਫੇਰ ਚੁੰਮਿਆ ਹੈ

ਰੇਲਗੱਡੀ ਨਕੋਦਰ ਨੂੰ ਜਾ ਰਹੀ ਹੈ

ਭੈਣ ਤ੍ਰਿਕਾਲ ਸੰਧਯਾ ਵੇਲੇ ਰੋ ਰਹੀ ਹੈ

ਇਹ ਆਵਾਜ਼ ਸਾਡੇ ਘਰ ਆਏ ਬਾਬਾ ਭਾਗ ਸਿੰਘ ਕੈਨੇਡੀਅਨ ਦੀ ਹੈ

ਜੇਲਖ਼ਾਨੇ ਦਾ ਗੇਟ ਖੁੱਲ੍ਹ ਰਿਹਾ ਹੈ

ਦੁੱਧ ਚੁੰਘਦੇ ਪੁਤ ਨੂੰ ਹੁੱਥੂ ਆ ਗਿਆ ਹੈ

ਮੁਸਾਫ਼ਿਰ ਸਮੁੰਦਰ ਚ ਨਾਰੀਅਲ ਤੇ ਫੁੱਲ ਸੁੱਟ ਰਹੇ ਹਨ

ਸਿਰਫ਼ ਇੱਕੋ ਆਵਾਜ਼ ਨਹੀਂ ਆਉਂਦੀ

ਜਿਨੂੰ ਸੁਣਨ ਲਈ ਰੂਹ ਤਰਸਦੀ ਹੈ

ਛੰਨਾ

ਘੜੀਆਂ ਅਨੋਖੀਆਂ ਕਿਤਾਬਾਂ ਤੇ ਨਿਸ਼ਾਨੀਆਂ
ਇਹ ਕਦੇ ਨਾ ਦੱਸਣ ਹੁਣ ਦਾ ਵੇਲਾ
ਇਨ੍ਹਾਂ ਦੇ ਵਿਚ ੧ ਤੋਂ ਬਾਅਦ ੧੧ ਵੱਜਦੇ
੧ ਤੋਂ ਪਹਿਲਾਂ ਕੁਝ ਵੀ ਨਹੀਂ ਹੈ

ਕੌਰਨਿਸ ਉੱਤੇ ਰੱਖਿਆ ਛੰਨਾ ਚੱਲੀ ਜਾਂਦਾ
ਐਸੀਆਂ ਵਾਜਾਂ ਕੱਢਦਾ, ਲੱਗਦਾ ਜਿਕਣ –
ਭਰਿਆ ਕਾਸਾ ਹੱਥੋਂ ਡਿਗ ਕੇ ਹੁਣੇ ਹੀ ਖ਼ਾਲੀ ਹੋਇਆ
ਜਾਂ ਬਿੱਲੀ ਅੱਧੀ ਰਾਤੇ ਖੁਰੇ ਵਿਚ ਹਨੇਰਾ ਫੋਲੇ
ਜਾਂ ਮਾਂ ਨੇ ਤੇਹ ਅਪਣੀ ਦੀ ਡੀਕ ਲਗਾ ਕੇ ਛੰਨਾ ਥੱਲੇ ਰੱਖਿਆ

ਇਹ ਛੰਨਾ ਮੈਥੋਂ ਵੱਡਾ
ਇਸ ਵਿਚ ਪਈਆਂ ਯਾਦਾਂ
ਜਿਉਂ ਲੱਸੀ ਵਿਚ ਲੂਣ ਘੁਲੇ ਹੈ
ਬਾਪੂ ਲਿਬੜੀਆਂ ਮੁੱਛਾਂ ਚੱਟਦਾ
ਮਾਂ ਪੁਰਾਣੀ ਬਾਤ ਚਤਾਰ ਕੇ ਹੱਸੇ

ਤਿੜਕਿਆ ਛੰਨਾ ਮਾਂ ਦੀ ਇੱਕੋ-ਇਕ ਨਿਸ਼ਾਨੀ
ਅਪਣੀ ਥਾਂ 'ਤੇ ਟਿਕਿਆ ਛਾਯਾਪਾਤਰ
ਹਰਦਮ ਮਾਂ ਨੂੰ ਚੇਤੇ ਰਖਦਾ

ਕੁਝ ਕ੍ਰਿਆਵਾਂ ਦਾ ਅਭਿਆਸ

ਉੱਡਣਾ   ਤਿਤਲੀ
ਬੱਦਲ ਤੇ
ਭੌਰ ਦੇ ਉਡ ਜਾਣ ਤੋਂ ਪਹਿਲਾਂ ਦਾ ਪਲ

ਤੁਰਨਾ   ਪੈਰ
ਸਾਹ ਤੇ
ਸਮੇਂ ਦੇ ਤੁਰਨ ਤੋਂ ਪਹਿਲਾਂ ਦਾ ਪਲ

ਸੁਣਨਾ   ਚੁੱਪ
ਰੰਗ ਤੇ
ਧਰਤੀ ਨੂੰ ਸੁਣਨ ਤੋਂ ਪਹਿਲਾਂ ਦਾ ਪਲ

ਦੇਖਣਾ   ਯਾਰ
ਤਸਵੀਰ ਤੇ
ਅਸਲ ਦੇ ਦੀਦਾਰ ਤੋਂ ਪਹਿਲਾਂ ਦਾ ਪਲ

ਟੁੱਟਣਾ   ਨਹੁੰ-ਮਾਸ
ਦਿਲ ਤੇ
ਧਾਗੇ ਦੇ ਟੁੱਟ ਜਾਣ ਤੋਂ ਪਹਿਲਾਂ ਦਾ ਪਲ

ਉੱਗਣਾ   ਦੰਦ
ਬੀਆ ਤੇ
ਸ਼ਬਦ ਦੇ ਉੱਗਣ ਤੋਂ ਪਹਿਲਾਂ ਦਾ ਪਲ

ਹੋਣਾ   ਇਹ ਪਹਿਲਾਂ ਦਾ ਪਲ
ਹੁਣ ਦਾ ਪਲ ਹੈ

...

(ਰਾਗ ਭੋਪਾਲੀ)

ਦੇਣ ਵਧਾਈਆਂ ਸਖੀਆਂ ਆਈਆਂ
ਪੀ ਘਰ ਆਇਆ ਖੁਸ਼ੀਆਂ ਛਾਈਆਂ
ਸੁਪਨਾ ਹੋਈਆਂ ਕੱਲੀਆਂ ਰਾਤਾਂ
ਕੈਸੀਆਂ ਬਾਤਾਂ ਮੱਲੀਆਂ ਰਾਤਾਂ
ਵਿਚ ਅਸਮਾਨੀਂ ਪੀਂਘਾਂ ਪਾਈਆਂ
ਦੇਣ ਵਧਾਈਆਂ...

ਸੁਹਣੀ ਸੂਰਤ ਤੱਕ ਤੱਕ ਜੀਵਾਂ
ਵਸਲ ਪਿਆਲਾ ਭਰ ਭਰ ਪੀਵਾਂ
ਦਿਲ ਨ ਭਰਦਾ ਮੇਰੇ ਸਾਈਆਂ
ਦੇਣ ਵਧਾਈਆਂ...

ਸੁਣ ਕੇ ਖ਼ਬਰ ਵਸਾਲ ਅਨੋਖੀ
ਘਰ ਦੇ ਰਸਤੇ ਭੁਲ ਗਏ ਲੋਕੀਂ
ਸੱਜਣਾਂ ਝੋਕਾਂ ਆਣ ਵਸਾਈਆਂ
ਦੇਣ ਵਧਾਈਆਂ...

ਰੁੱਤ ਫਿਰੀ ਜਦ ਰੂਹਾਂ ਮਿਲੀਆਂ
ਆਲਮ ਸਾਰੇ ਸੂਹਾਂ ਮਿਲੀਆਂ
ਜੋ ਲਾਈਆਂ ਸੋ ਤੋੜ ਨਿਭਾਈਆਂ
ਦੇਣ ਵਧਾਈਆਂ...

...

(ਰਾਗ ਸੋਹਣੀ)

ਜਾਨ ਗਈ ਮੇਰੀ ਜਾਨ ਗਈ

ਅੱਧੀ ਰਾਤੇ ਸੂਰਜ ਚੜ੍ਹਿਆ
ਪੋਲੇ ਪੈਰੀਂ ਵਿਹੜੇ ਵੜਿਆ
ਜਾਨ ਗਈ ਮੇਰੀ ਜਾਨ ਗਈ

ਐਸੇ ਨ ਸੀ ਲੇਖ ਲਖਾਏ
ਹੋਇਆ ਕੀ ਮੈਨੂੰ ਸਮਝ ਨ ਆਏ
ਅੰਦਰ ਜਾਵਾਂ ਬਾਹਰ ਜਾਵਾਂ
ਕੰਬੇ ਦਿਲ ਬੁੱਲ੍ਹ ਪਥਰਾਏ
ਅੱਧੀ ਰਾਤੇ ਸੂਰਜ ਚੜ੍ਹਿਆ
ਜਾਨ ਗਈ ਮੇਰੀ ਜਾਨ ਗਈ

ਕੋਟ ਜਨਮ ਕੇ ਬਿਛੜੇ ਸਾਧੋ
ਅੰਗ ਸਉਂ ਅੰਗ ਲਗਾਏ
ਮੈਂ ਵਿਚ ਰਾਂਝਣ ਰਾਂਝਣ ਵਿਚ ਮੇਰੇ
ਕੁਛ ਵੀ ਨਜ਼ਰ ਨ ਆਏ
ਅੱਧੀ ਰਾਤੇ ਸੂਰਜ ਚੜ੍ਹਿਆ
ਜਾਨ ਗਈ ਮੇਰੀ ਜਾਨ ਗਈ

ਜਾਗੋ ਜਾਗੋ ਸਤ ਸੁਰ ਜਾਗੋ
ਨਾਦ ਅਨਾਹਦ ਗਾਏ
ਅੰਬਰ ਚੁੰਮੇ ਅੱਗ ਵਸਲਾਂ ਦੀ
ਨ ਕੋਈ ਆਣ ਬੁਝਾਏ
ਅੱਧੀ ਰਾਤੇ ਸੂਰਜ ਚੜ੍ਹਿਆ
ਜਾਨ ਗਈ ਮੇਰੀ ਜਾਨ ਗਈ
ਪੋਲੇ ਪੈਰੀਂ ਵਿਹੜੇ ਵੜਿਆ
ਜਾਨ ਪਈ ਮੇਰੇ ਜਾਨ ਪਈ...

ਅਲਗੋਜ਼ੇ

ਅਲਗੋਜ਼ੇ ਹੁਣੇ ਈ ਵਜ ਕੇ ਹਟੇ ਹਨ।

ਚੁੱਪ ਦੀ ਮਿੱਟੀ ਵਿਚ
ਜੋ ਬੋਲ-ਵਿਹੂਣੀ ਸੁਰ ਦਾ ਬੀਜ ਮਲਕੜੇ ਡਿੱਗਾ
ਉਹ ਪੁੰਗਰਨ ਲਈ ਕਸਮਸਾਵਣ ਲੱਗਾ ਹੈ।
ਸਮਾਂ ਜੋ ਕਿਤਨਾ ਚਿਰ ਬੰਨ੍ਹਿਆਂ ਰਿਹਾ ਖਲੋਤਾ
ਉਹ ਹੁਣ ਮੁਕਤ ਹੋ ਗਿਆ
ਉਹ ਲੱਖ ਪਰਿੰਦਿਆਂ ਦੇ ਖੰਭਾਂ 'ਤੇ ਚੜ੍ਹ
ਚਹੁੰ ਕੂਟੀਂ ਉਡ ਗਿਆ ਹੈ
ਆਲਮ ਸਾਰੇ ਖ਼ਬਰ ਹੋ ਗਈ —
ਅਲਗੋਜ਼ੇ ਹੁਣੇ ਈ ਵਜ ਕੇ ਹਟੇ ਹਨ।

ਆਪੇ ਸਾਜ਼ ਆਪ ਆਵਾਜ਼ ਆਪ ਵਜੰਦੀ
ਅਪਣੇ ਆਪ ਨਾਲ਼ ਗੱਲਾਂ ਕਰਦੀ
ਆਪੇ ਹੀ ਹੁੰਗਾਰਾ ਭਰਦੀ ਚੁੱਪ ਭਈ ਹੈ।
ਸਾਹ ਰੋਕੀ ਜੋ ਦਿਲ ਦੀ ਧੜਕਣ ਸੁਣ ਰਹੀ ਸੀ
ਉਹ ਠੰਢਾ ਹਉਕਾ ਲੈਵਣ ਲੱਗੀ ਹੈ —
ਅਲਗੋਜ਼ੇ ਹੁਣੇ ਈ ਵਜ ਕੇ ਹਟੇ ਹਨ।

ਹਰ ਸ਼ੈਅ ਅਪਣਾ ਮੂਲ ਪਛਾਤਾ
ਜੜ੍ਹ ਨੇ ਅਪਣੀ ਜੜ੍ਹ ਲਭੀ।
ਜੋ ਨ ਸੀ, ਉਹ ਵੀ ਹੋ ਗਿਆ
ਤੇ ਜੋ ਹੈ, ਉਹ ਅਣਹੋਇਆ।
ਜੋਗ-ਪਰਿੰਦਾ ਮੁੜ ਘਰ ਆਇਆ
ਅੰਬਰ ਅੰਬਰ ਗਾਹ ਕੇ ਆਖ਼ਿਰ ਆਣ ਆਲ੍ਹਣੇ ਲੱਥਾ
ਤੇ ਪੰਖ ਫੈਲਾਵਣ ਲੱਗਾ ਹੈ —
ਅਲਗੋਜ਼ੇ ਹੁਣੇ ਈ ਵਜ ਕੇ ਹਟੇ ਹਨ॥

ਅਪਣੇ ਕੱਪੜੇ

ਬਾਹਰ ਧੁੱਪੇ ਅਪਣੇ ਕੱਪੜੇ ਸੁੱਕ ਰਹੇ ਹਨ

ਤੇਰੀਆਂ ਮੇਰੀਆਂ ਜਗਦੀਆਂ ਰਾਤਾਂ
ਸਾਰੇ ਜਗ ਨੂੰ ਜ਼ਾਹਿਰ ਕਰਦੇ
ਕੱਛੀ ਬੱਲੇ ਉੱਤੇ ਮੇਰਾ ਕੁੜਤਾ ਪਾ ਕੇ
ਜਾਂ ਨਿਰੀ ਨਿਰਵਸਤਰ ਹੋ ਕੇ
ਸਾਰੇ ਘਰ ਵਿਚ ਤੁਰੀ ਫਿਰੇਂ
ਚੁੰਮੀਆਂ ਦੇ ਰੰਗ ਹੋਰ ਵੀ ਗੂੜ੍ਹੇ ਹੁੰਦੇ ਜਾਂਦੇ
ਬਾਹਰ ਧੁੱਪੇ ਅਪਣੇ ਕੱਪੜੇ ਸੁੱਕ ਰਹੇ ਹਨ

ਤੂੰ ਮੇਰੇ ਵਿਚ
ਕੱਪੜਿਆਂ ਵਿਚ ਵੀ ਜਾਨ ਪਾ ਦੇਵੇਂ
ਰੂਹਾਂ ਦੇ ਕੱਜਣ ਹਨ ਅਪਣੇ ਪਿੰਡੇ
ਇਕ ਪਲ ਲਗਦਾ –
ਆਪਾਂ ਰੱਸੀ ਉੱਤੇ ਬਾਂਦਰ ਬਣ ਕੇ ਲਟਕੇ
ਇਕ ਪਲ ਲਗਦਾ –
ਵਸਲ ਦੇ ਝੰਡੇ ਝੁੱਲਣ ਵਿਚ ਅਸਮਾਨੀਂ
ਨਿਰਮਲ ਵਸਤਰ ਨਿਰਮਲ ਰੂਹਾਂ ਮੈਲ ਕੋਈ ਨਾ ਮਨ ਵਿਚ
ਅਪਣੇ ਹੱਥੀਂ ਸਾਡੇ ਅੰਗ ਧੁਲੇ ਸਾਡੇ ਪਾਪ ਧੁਲੇ
ਧੁੱਪ ਕਾਪੜ ਨੂੰ ਚੁੰਮ-ਚੁੰਮ ਸੁੱਚੇ ਕਰਦੀ
ਅਸਾਂ ਪਹਿਨ ਮੁੜ ਸੁੱਚੇ ਹੋਣਾ ਧੁੱਪ ਦੇ ਲੀੜੇ
ਬਾਹਰ ਧੁੱਪੇ ਅਪਣੇ ਕੱਪੜੇ ਸੁੱਕ ਰਹੇ ਹਨ

...

ਰੇਨਾਤਾ ਫ਼ਨਤੈਨਲਾ ਦੇ ਨਾਂ

ਸੁਰਮੇਲ ਛਿੜੀ
ਬਣਦੇ ਤੇ ਢਲਦੇ ਪਰਛਾਵਿਆਂ ਦੀ ਸੁਰਮੇਲ ਛਿੜੀ
ਕ਼ਤਰਾ ਕ਼ਤਰਾ ਪਾਣੀ ਡਿਗਦਾ
ਛੱਡ ਜਾਂਦਾ ਚਿੰਨ੍ਹ ਪੱਥਰਾਂ ਉੱਤੇ
ਸੂਰਜ ਚੜ੍ਹਦਾ
ਅੰਧਕਾਰ ਦੇ ਨਿੱਕੇ ਨਿੱਕੇ ਟੁਕੜੇ
ਤੇਰੇ ਘਰ ਦੀ ਚਿੱਟੀ ਕੰਧ 'ਤੇ ਪੱਸਰ ਜਾਂਦੇ
ਜ਼ੈਤੂਨ ਦੇ ਰੁੱਖ ਦੀ
ਲੈਂਪ ਪੋਸਟ
ਤੇ ਇਸ ਉੱਤੇ ਬੈਠੇ ਪੰਛੀ ਦੀ ਛਾਂ ਬਣ ਕੇ
ਤੇਰੇ ਘਰ ਦੀ ਚਿੱਟੀ ਕੰਧ
ਜੀਰੀ ਜਾਂਦੀ ਇਹ ਪਰਛਾਈਆਂ
ਕ਼ਤਰਾ ਕ਼ਤਰਾ   ਪੱਤਾ ਪੱਤਾ
ਤਾਂਹੀਓਂ ਪਥਰੀਲੀਆਂ ਝੀਤਾਂ ਵਿੱਚੋਂ ਪੁੰਗਰ ਆਏ ਹਨ
ਨਿੱਕੇ ਨਿੱਕੇ ਬੂਟੇ ਨਿੱਕੇ ਨਿੱਕੇ ਸਾਏ
ਏਸ ਰੁੱਖ ਦੀਆਂ ਲੈਂਪ ਪੋਸਟ ਦੀਆਂ
ਇਸ ਪੰਛੀ ਦੀਆਂ ਜੜ੍ਹਾਂ ਨੂੰ ਲਭਣ ਖ਼ਾਤਿਰ
ਧੁੱਪ ਘਰ ਤੇਰੇ ਤਾਈਂ ਚਲ ਕੇ ਆਈ

ਖੁੱਲ੍ਹਾ ਦਰ
          ਪਰ
                ਲੁੱਗਾ ਘਰ

ਧੁੱਪ ਅੱਜ ਦਰ ਤੇਰੇ ਖ਼ਾਮੋਸ਼ ਖੜੀ ਹੈ

. . .

ਕਵਣ ਸੁ ਜਨਮ ਦਾ ਕਿਹੜਾ ਨਾਤਾ
ਭੇਤ ਕਦੇ ਨਾ ਪਾਉਣਾ
ਕੀ ਹੈ ਰਿਸ਼ਤਾ
ਆਪਾਂ ਇਕ ਦੂਜੇ ਦੇ ਕੀ ਹਾਂ ਲੱਗਦੇ

ਪਲਕਾਂ ਦੀ ਅੱਖ ਕੀ ਲੱਗਦੀ ਹੈ
ਮੇਰੇ ਹੱਥਾਂ ਵਿਚ ਤੇਰਾ ਹੱਥ
ਕੀ ਲੱਗਦਾ ਹੈ
ਤੇਰੀ ਹਿਕ 'ਤੇ ਦਗਦਾ ਤਿਣ
ਮੇਰੇ ਬੁੱਲ੍ਹਾਂ ਦਾ ਕੀ ਲੱਗਦਾ ਹੈ
ਪਾਣੀ ਮਿੱਟੀ
ਰੂਹ ਕਲਬੂਤ
ਕ਼ਲਮ ਤੇ ਕਾਗ਼ਜ਼
ਪੰਖੀ ਪੌਣ ਦਾ ਕੀ ਲੱਗਦਾ ਹੈ
ਕੀ ਲੱਗਦੀ ਹੈ ਰੁੱਖ ਦੀ ਟਹਿਣੀ

ਤੇਰਾ ਜੰਮਣਾ
ਮੇਰਾ ਜੰਮਣਾ
ਇਹ ਕੋਈ ਹੋਣੀ
ਤੇ ਹੁਣ ਦੇ ਪਲ ਬੁੱਲ੍ਹਾਂ ਤੇ ਬੋਲਾਂ ਦਾ ਜੁੜਨਾ
ਮਿਲਣਾ ਵਿਛੜ ਜਾਣਾ

ਪੁੱਛ ਕੇ ਦੱਸ ਤਾਂ ਅਪਣੇ ਦਿਲ ਤੋਂ
ਜਿਸ ਵਿਚ ਧੜਕੇ ਮੇਰਾ ਦਿਲ ਵੀ –
ਕਵਣ ਸੁ ਜਨਮ ਦਾ ਕਿਹੜਾ ਨਾਤਾ
ਆਪਾਂ ਇਕ ਦੂਜੇ ਦੇ ਕੀ ਹਾਂ ਲੱਗਦੇ॥

...

ਤੇਰੀਆਂ ਅੱਖਾਂ
ਜਿਊਂ ਨਿਕੀ ਬੱਚੀ ਰੋਂਦੀ ਮਾਂ ਨੂੰ ਚੁੱਪ ਕਰਾਵੇ।
ਬਿਟ ਬਿਟ ਤੱਕੀ ਜਾਵਣ
ਨਾ ਰੋਣਾ ਨਾ ਹਾਸਾ ਆਵੇ।
ਇਨ੍ਹਾਂ ਦੇ ਵਿਚ ਕਿਹੜੇ ਦੁੱਖ ਦੀ ਨਦੀਆ ਵਗਦੀ
ਜਿਸ ਦੇ ਕੰਢੇ ਤੇਰੀਆਂ ਸੋਚਾਂ।

ਤੇਰੀਆਂ ਅੱਖਾਂ
ਉਸ ਭਾਲੂ ਦੀਆਂ ਅੱਖਾਂ
ਜਿਸਨੂੰ ਗੁੰਮ ਕਰ ਬੈਠੀ ਖੇਡ ਖਿਡਾਂਦੀ ਲੜਕੀ।
ਉਸ ਲੱਭਦੇ ਰਹਿਣਾ ਸਾਰੀ ਉਮਰੇ ਲੱਭਣਾ ਨਹੀਂ ਹੈ।
ਸੱਖਣ ਭਰੀਆਂ ਤੇਰੀਆਂ ਅੱਖਾਂ ਜਿਊਂ ਜ਼ਹਿਰ ਪਿਆਲੇ ਤਿੜਕੇ
ਕੰਬਦੇ ਹੱਥੀਂ ਡਿੱਗੇ   ਟੁੱਟੇ।

ਤੇਰੀਆਂ ਅੱਖਾਂ
ਸੁੰਨ ਵੀਰਾਨ ਚ ਕੱਲਾ ਕੋਠਾ
ਜਿਸਦੇ ਵਿਚ ਕੋਈ ਵੱਸਦਾ ਨਹੀਂ ਹੈ।
ਚਾਰੇ ਪਾਸੇ ਅੱਕ ਦੇ ਬੂਟੇ
ਚਾਰੇ ਪਾਸੇ ਗਹਿਰ ਚੜੀ ਹੈ।

ਤੇਰੀਆਂ ਅੱਖਾਂ
ਉਹ ਖ਼ਿਲਾਅ ਹੈ
ਜਿਸ ਵਿਚ ਕੋਈ ਡਿਗ ਰਿਹਾ ਹੈ
ਜਿਸਨੂੰ ਕਦੇ ਜ਼ਮੀਂ ਨੂੰ ਮਿਲਣੀ
ਇਸਦਾ ਉਸਨੂੰ ਪਤਾ ਨਹੀਂ ਹੈ।

ਇਹੋ ਅੱਖੀਆਂ
ਦਿਨ ਰਾਤੀਂ ਮੈਨੂੰ ਤੱਕਦੀਆਂ ਰਹਿੰਦੀਆਂ ਤੇਰੀਆਂ ਅੱਖੀਆਂ
ਮੈਂ ਜਿਨ੍ਹਾਂ ਚ ਰੜਕ ਰਿਹਾ ਹਾਂ ਸੁਰਮਾ ਬਣ ਕੇ॥

ਤੇਰੇ ਬਗੈਰ

ਜੇ ਤੂੰ ਮੇਰੇ ਕੋਲ਼ ਹੁੰਦੀ
ਤੈਨੂੰ ਪਤਾ ਲਗਦਾ
ਕਿ ਤੇਰੇ ਬਗੈਰ ਹਰ ਚੀਜ਼ ਅਪਣੇ ਅਸਲ ਰੂਪ ਚ ਵਟ ਗਈ ਹੈ
ਸਮਾਂ ਹੁਣ ਪੰਛੀ ਦੀ ਪਰਵਾਜ਼ ਨਹੀਂ
ਨਾ ਹੀ ਕ਼ਾਸੇ ਚ ਕਿਰਦੀ ਰੇਤ
ਨਾ ਇਤਿਹਾਸ ਦੇ ਸੱਚੇ ਚ ਢਲ਼ਦਾ ਪਿਘਲ਼ਿਆ ਲੋਹਾ

ਸਮਾਂ
ਹੁਣ ਵੀਣੀ 'ਤੇ ਲੱਗੀ ਘੜੀ ਦੀਆਂ ਸੂਈਆਂ ਹੋ ਗਿਆ ਹੈ
ਜੋ ਜ਼ਿਹਨ ਚ ਖ਼ੁਭਦੀਆਂ ਹਨ
9 ਵਜੇ ਦੀਆਂ ਖ਼ਬਰਾਂ ਸੁਣਨ ਲਈ
ਗੱਡੀ ਦੀ ਉਡੀਕ ਕਰਨ ਲਈ
ਜਾਂ ਅਪਣੇ ਆਪ ਨੂੰ ਦੱਸਣ ਲਈ
ਕਿ ਸਮੇਂ ਦੀ ਚਾਲ ਏਨੀ ਧੀਮੀ ਕਿਉਂ ਹੈ
ਜਿੰਨੀ ਹੁਣ ਹੈ ਤੇਰੇ ਬਗੈਰ

ਜੇ ਤੂੰ ਮੇਰੇ ਕੋਲ਼ ਹੁੰਦੀ
ਤੈਨੂੰ ਪਤਾ ਲਗਦਾ
ਕਿ ਸਮੁੰਦਰ ਤੇਰੇ ਬਗੈਰ
ਲਹਿਰਾਂ ਦਾ ਮੈਦਾਨ-ਏ-ਜੰਗ ਨਹੀਂ ਲੱਗਦਾ
ਇਹ ਲੱਗਦਾ ਹੈ ਜਿਵੇਂ ਪਿਕਚਰ ਕਾਰਡ ਦਾ ਨੀਲਾ ਟੁਕੜਾ ਹੋਵੇ
ਆਸਮਾਨ ਤੋਂ ਕਟ ਕੇ ਧਰਤੀ 'ਤੇ ਲਾਇਆ ਹੋਇਆ
ਜਿਥੇ ਪਹਿਲਾਂ ਪਰਿੰਦੇ ਘਰ ਬਣਾਉਂਦੇ ਸਨ
ਹੁਣ ਮੱਛੀਆਂ ਬਣਾਉਂਦੀਆਂ ਹਨ

ਦੁਮੇਲ ਹਵਾ ਨਾਲ਼ ਭਰਿਆ ਬਾਦਬਾਨ ਨਹੀਂ
ਸਾਗਰ ਦੇ ਵਿਚਕਾਰ ਲੰਗਰ ਸੁੱਟੀ ਖੜ੍ਹਾ ਜਹਾਜ਼ ਹੈ
ਕਿ ਕਿਨਾਰਾ ਨੱਚ ਰਹੇ ਸਮੁੰਦਰ ਚ ਛਾਲ਼ ਮਾਰਨ ਦਾ ਪੜਾਅ ਨਹੀਂ
ਇਹ ਤਾਂ ਲਹਿਰਾਂ ਦੇ ਮੁੱਕ ਜਾਣ ਦਾ ਸੁਹਣਾ ਜਿਹਾ ਨਾਂ ਹੈ

ਲਹਿਰਾਂ ਮੁੱਕਦੀਆਂ ਜਾਂਦੀਆਂ ਹਨ
ਧਰਤੀ ਖੁਰਦੀ ਜਾਂਦੀ ਹੈ

ਤੇਰੇ ਬਗੈਰ

ਜੇ ਤੂੰ ਮੇਰੇ ਕੋ਼ਲ ਹੁੰਦੀ
ਤੈਨੂੰ ਪਤਾ ਲਗਦਾ
ਕਿ ਤੇਰੀ ਦਿੱਤੀ ਕਿਤਾਬ ਹੁਣ ਮਹਿਜ਼ ਕਾ਼ਲੇ ਹਰਫ਼ ਹੈ
ਹਰਫ਼ਾਂ ਦੇ ਹੇਠ ਵਾਹੀਆਂ ਲੀਕਾਂ
ਨਿਰੀ ਕਾਗ਼ਜ਼ ਹੈ   ਸਿਆਹੀ ਹੈ
ਪੜ੍ਹੇ ਅਣਪੜ੍ਹੇ ਚਿਰੋਕਣੇ ਭੁੱਲ ਗਏ ਲਫ਼ਜ਼ ਹਨ
ਤੇ ਅਪਣੇ ਪਿਆਰੇ ਸ਼ਾਇਰ ਦੀਆਂ ਨਜ਼ਮਾਂ
ਕੱਲਿਆਂ ਬੈਠ ਕੇ ਪੀਤੀ ਸ਼ਰਾਬ ਵਰਗੀਆਂ ਜਾਪਦੀਆਂ ਹਨ
ਤੇਰੇ ਬਗੈਰ

ਜੇ ਤੂੰ ਮੇਰੇ ਕੋ਼ਲ ਹੁੰਦੀ
ਮੈਂ ਤੈਨੂੰ ਦਸਦਾ
ਜਦ ਤੂੰ ਮੇਰੇ ਕੋ਼ਲ ਸੀ
ਤਾਂ ਲਗਦਾ ਸੀ ਜਿਵੇਂ ਕੋਈ ਸੁਪਨਾ ਹੈ
ਤੇ ਅੱਜ ਜਦ ਤੂੰ ਮੇਰੇ ਕੋ਼ਲ ਨਹੀਂ
ਤਾਂ ਲਗਦਾ ਹੈ ਇਹ ਹਕੀਕਤ ਹੈ
ਕਿਉਂਕਿ ਹਰ ਚੀਜ਼ ਅਪਣੇ ਅਸਲ ਰੂਪ ਚ ਵਟ ਗਈ ਹੈ
ਤੇਰੇ ਬਗੈਰ॥

ਔਂਸੀਆਂ

ਚਾਂਦੀ ਰੰਗਾ ਗਰੁੜ ਖੋਰੂ ਪਾਉਂਦਾ ਉਡਦਾ ਜਾਂਦਾ ਹੈ।

ਛਿੱਕਾਂ ਆਉਂਦੀਆਂ ਹਨ –
ਕੋਈ ਯਾਦ ਕਰਦਾ ਹੈ।

ਆਟਾ ਬੁੜ੍ਹਕਦਾ ਹੈ –
ਕੋਈ ਆਵੇਗਾ।

ਕਾਂ ਬੋਲਦਾ ਹੈ –
ਕੋਈ ਆ ਰਿਹਾ ਹੈ।
ਔਂਸੀਆਂ ਰਾਹ ਦੇ ਰਹੀਆਂ ਹਨ।
ਫੇਰ ਕੋਈ ਆਉਂਦਾ ਕਿਉਂ ਨਹੀਂ?

ਵਸਵਸਿਆਂ ਦੀ ਇਹ ਤ੍ਰਿਸ਼ਨਾ
ਇਨਸਾਨ ਨੂੰ ਇਨਸਾਨ ਬਣਾਉਂਦੀ ਹੈ
ਦਿਲਾਂ ਨੂੰ ਦਿਲਾਂ ਦੇ ਰਾਹ ਪਾਉਂਦੀ ਹੈ
ਹਯਾਤੀ ਦੇ ਥਣਾਂ ਚ ਦੁੱਧ ਉਤਰ ਆਉਂਦਾ ਹੈ
ਆਸਾਂ ਦੀ ਜੋਤ ਜਗਦੀ ਹੈ
ਸੁੰਵੇ ਰਾਹਵਾਂ 'ਤੇ

ਤੇ ਤੁਸੀਂ
ਵਕਤ ਨੂੰ ਅਗਲੀ ਚਾਲ ਚਲਣ ਵਾਸਤੇ ਆਖਦੇ ਹੋ॥

...

ਉਸ ਕਿਹਾ –
ਔਹ ਦੇਖੋ ਆਕਾਸ਼ ਸਤਰੰਗੀ ਪੀਂਘ ਝੂਲਦਾ।

ਲੋਕਾਂ ਦੇਖਿਆ –
ਚੁਫੇਰੇ ਤਾਂ ਰਾਤ ਸੀ
ਤੇ ਕਾਲ਼ੀ-ਬੋਲ਼ੀ ਰਾਤ ਚ ਵੀ
ਉਹਦੀਆਂ ਅੱਖਾਂ ਚ ਸਤਰੰਗੀ ਪੀਂਘ ਝੂਲਦੀ ਸੀ।

ਇਹ ਸਤਰੰਗੀ ਪੀਂਘ
ਸੂਰਜ ਸੀ ਤੇ ਚੰਦਰਮਾ
ਤਾਰਿਆਂ ਤੇ ਬੱਦਲਾਂ ਦੀ ਕਰੰਗੜੀ ਸੀ
ਅਗਨੀ ਦਾ ਹੁਸਨ ਸੀ
ਹੁਸਨ ਦੀ ਮੁਸਕਾਨ ਸੀ
ਰੁੱਤਾਂ ਦਾ ਤੇ ਰੱਤ ਦਾ ਗੇੜ ਸੀ
ਖ਼ਾਬਾਂ ਦੀ ਉਡਾਣ ਸੀ
ਪਾਰ ਆਸਮਾਨ ਤੋਂ

ਪਰ ਲੋਕ ਸੂਰਜ ਨੂੰ ਸੂਰਜ
ਚੰਨ ਨੂੰ ਚੰਨ ਆਖ ਭੁੱਲ ਗਏ ਸਨ ਕਿ
ਸੂਰਜ ਕੀ ਹੈ
ਚੰਨ ਕੀ
ਤਾਰੇ ਕੀ ਤੇ ਬੱਦਲ ਕੀ
ਹੁਸਨ ਦੀ ਮੁਸਕਾਨ ਕੀ
ਰੁੱਤਾਂ ਦਾ ਰੰਗ ਕੀ
ਰੱਤ ਦੀ ਪਹਿਚਾਨ ਕੀ
ਖ਼ਾਬਾਂ ਦੀ ਉਡਾਣ ਕੀ
ਫਿਰ ਉਨ੍ਹਾਂ ਨੂੰ ਯਾਦ ਆਇਆ
ਸਤਰੰਗੀ ਪੀਂਘ ਤਾਂ ਉਹ ਖ਼ੁਦ ਆਪ ਸਨ॥

ਸ਼ਹੀਦ

ਇਕ ਦਿਨ ਆਖ਼ਿਰ
ਉਸਨੇ ਆ ਕੇ ਦਰਸ਼ਨ ਦਿੱਤੇ
ਲੋਕਾਂ ਉਸਨੂੰ ਮੋਢੇ ਚਾਇਆ
ਉਠ ਕੇ ਜਿਉਂ ਖ਼ਾਬਾਂ ਚੋਂ ਆਇਆ
ਉਹ ਬੋਲੇ ਏਕਣ
ਜਿਕਣ ਉਹ ਬੋਲ ਨਹੀਂ ਸਨ ਸਕਦੇ
ਉਹ ਹੱਸੇ ਏਕਣ
ਜਿਕਣ ਉਹ ਹੱਸ ਨਹੀਂ ਸਨ ਸਕਦੇ
ਉਹ ਚੱਲੇ ਏਕਣ
ਜਿਕਣ ਉਹ ਚਲ ਨਹੀਂ ਸਨ ਸਕਦੇ
ਉਹ ਚਾਂਹਦੇ ਸਨ
ਉਹ ਹਰ ਦਮ ਚੱਲੇ ਹੱਸੇ ਬੋਲੇ
ਉਸਨੂੰ ਉਨ੍ਹਾਂ ਚੁਰਸਤੇ ਗੱਡਿਆ ਅਮਰ ਬਣਾਇਆ

ਹੁਣ ਉਹ ਬੋਲ ਨਹੀਂ ਹੈ ਸਕਦਾ
ਹੁਣ ਉਹ ਚਲ ਨਹੀਂ ਹੈ ਸਕਦਾ
ਹਾਸਾ ਉਸਦਾ ਪੱਥਰ ਬਣਿਆ
ਕਬੂਤਰ ਸਿਰ 'ਤੇ ਆ ਕੇ ਬਹਿੰਦੇ
ਬਿੱਠਾਂ ਕਰਦੇ ਗਿਠ-ਗਿਠ ਜੰਮੀ ਧੂੜ ਸਮੇਂ ਦੀ

ਪੱਥਰ ਦਾ ਬੁੱਤ ਚਾਂਹਦਾ
ਮੁੜਕੇ ਤੁਰਨਾ
ਮੁੜ ਬੰਦੇ ਦੀ ਜੂਨੇ ਪੈਣਾ
ਦਿਲਗੀਰੀ ਵਿਚ ਗਾਉਣਾ ਨੱਚਣਾ
ਮੁੜ ਕੇ ਜੀਉਣਾ ਜੀਉਣਾ ਮਰਨਾ
ਪਰ ਇਹ ਲੋਕਾਂ ਨੂੰ ਮਨਜ਼ੂਰ ਨਹੀਂ ਹੈ॥

• • •

ਨਿਕਰਾਗੁਆ ਦੇ ਇਨਕਲਾਬ ਬਾਰੇ ਪੀਟਰ ਲਿਲੀਅਨਟਾਲ ਦੀ ਜਰਮਨ ਫਿਲਮ
ਦ' ਰੈਜ਼ਰੱਕਸ਼ਨ ਤੱਕਣ ਮਗਰੋਂ

ਨੀਲੀ ਨੀਲੀ ਭਾਅ ਮਾਰਦੀ ਬਰਫ਼ ਦੀ ਤਿਲਕਣ
ਸੰਭਲ ਸੰਭਲ ਤੁਰਨਾ ਕਿੰਝ ਲਗਦਾ ਹੈ
ਹਰ ਪਾਸੇ ਨੇਰ੍ਹਾ ਛਾਂਦਾ ਜਾਂਦਾ
ਨਾਲ਼ ਕਿਸੇ ਦੇ ਅੱਖ ਮਿਲਾਣ ਦੀ ਸ਼ਰਮ ਨਹੀਂ ਹੈ।

ਹੁਣੇ ਹੁਣੇ ਮੈਂ ਕੱਲਾਕਾਰਾ ਫ਼ਿਲਮ ਦੇਖ ਕੇ ਆਇਆਂ
– ਜਾਗ ਮੋਇਆਂ ਦੀ –
ਲੋਕ ਜੋ ਮੁੜ ਫਿਰ ਜੀਉਂਦੇ ਹੋ ਗਏ।

ਇਹ ਨਾਅਰਾ ਤਾਂ ਫੁੱਲ ਬਣ ਕੇ ਖਿੜਿਆ
ਬੰਦੂਕ ਦੀ ਨਾਲ਼ੀ ਉੱਤੇ ਟੰਗਿਆ ਹੋਇਆ।
ਇਕ ਨਾਅਰਾ ਜੋ ਖਿੜ ਨਾ ਸਕਿਆ
ਸੰਘ ਵਿਚ ਰੁਕਿਆ
ਮੇਰੇ ਅੰਦਰ ਜ਼ਖਮ ਜੋ ਬਣਿਆ
ਨਿਕਰਾਗੁਆ ਕਾਮਯਾਬ ਜੋ ਹੋ ਨਹੀਂ ਸਕਿਆ
ਨ ਮੋਇਆ   ਨਾ ਜੀਉਇਆ।

ਨੀਲੀ ਨੀਲੀ ਭਾਅ ਮਾਰਦੀ ਬਰਫ਼ ਦੀ ਤਿਲਕਣ
ਸੰਭਲ ਸੰਭਲ ਤੁਰਨਾ ਕਿੰਝ ਲਗਦਾ ਹੈ

ਫ੍ਰਾਂਕਫ਼ੁਰਟ, ਜੁਲਾਈ 1980

ਗੋਲਡਨਗੇਟ ਬ੍ਰਿੱਜ ਸਾਨ ਫ੍ਰੈਂਸਿਸਕੋ ਤੋਂ ਲੰਘਦਿਆਂ

ਧੁੰਦ ਵਿਚ ਲਿਪਟੇ ਪੁੱਲ ਉੱਤੋਂ
ਲੰਘਦਿਆਂ ਧੀਦੋ ਨੇ ਬਤਲਾਇਆ –
ਔਹ ਜੋ ਦੂਰ ਪਰ੍ਹਾਂ ਸ਼ਾਂਤ ਸਮੁੰਦਰ ਵਿਚ ਤਰਦਾ ਟਾਪੂ ਹੈ
ਸਾਨ ਕੁਇਨਟਨ ਜੇਲ ਹੈ ਕੈਦੀ
ਜਿਥੇ ਕਾਲ਼ਾ ਬੱਬਰ ਸਾਡਾ ਜੋਰਜ ਜੈਕਸਨ ਸੂਰਾਂ ਮਾਰ ਮੁਕਾਇਆ ਸੀ।

ਇਹ ਟਾਪੂ
ਧਰਤੀ ਦੇ ਸੀਨੇ 'ਤੇ ਰਿਸਦਾ ਕੁਹਜਾ ਜ਼ਖਮ ਹੈ ਭੈੜਾ
ਇਸ ਵਲ ਤੱਕਣੇ ਨੂੰ ਜੀਅ ਨਾ ਕੀਤਾ।
ਇਸ ਜ਼ਖਮ ਨੂੰ ਧਰਤੀ ਉੱਤੋਂ
ਕਵਿਤਾ ਵਿੱਚੋਂ ਕਟ ਦੇਣਾ ਹੈ ਜੜ੍ਹਾਂ ਤੋਂ ਰਖ ਕੇ
ਕੁਤਲਗਾਹ ਮਕ਼ਤਲ ਗੀਤਾਂ ਵਿੱਚੋਂ ਖ਼ਾਰਿਜ ਕਰਨੇ
ਫਾਂਸੀ ਦੇ ਨਗ਼ਮੇ ਨਾ ਗਾਨੇ
ਲਾੜੀ ਮੌਤ ਬਣਾਉਣੀ ਨਾਹੀਂ
ਜੈ ਜੀਵਨ ਜੈ ਜੀਵਨ ਗਾਉਣਾ।
ਜਿਥੇ ਦੁਸ਼ਟਾਂ ਪੈਰ ਧਰੇ
ਉਹ ਥਾਂ ਚੇਤੇ ਵਿੱਚੋਂ ਮਨਫ਼ੀ ਕਰਕੇ
ਬੈਠਕ ਅਪਣੀ ਗ਼ੁਰਬਤ ਦੀਆਂ ਤਸਵੀਰਾਂ
ਨਾਲ਼ ਨਹੀਂ ਸਜਾਉਣੀ
ਧਰਤੀ ਸਾਰੀ ਰੰਗ-ਸੁਰੰਗੇ ਰੰਗਾਂ ਨਾਲ਼ ਜਲਥਲ ਕਰਨੀ
ਨਾਲ਼ ਪਰਿੰਦਿਆਂ ਮੰਗਲ਼ ਗਾਉਣਾ
ਹੋਣੀ ਨੂੰ ਪਾਵੇ ਨਾਲ਼ ਬੰਨ੍ਹ ਲੈਣਾ ਹੈ॥

* ਧੀਦੋ: ਹਰਸ਼ਰਨ ਗਿੱਲ ਦੀ ਅੱਲ

ਮੈਕਫ਼ਾਰਲੈਂਡ ਕੈਲਿਫ਼ੋਰਨੀਆ

ਇਥੇ ਪਾਸ਼ ਰਹਿੰਦਾ ਹੈ
ਅਖਰੋਟਾਂ   ਅੰਗੂਰਾਂ   ਆੜੂਆਂ
ਸੰਤਰਿਆਂ ਬਦਾਮਾਂ ਦੇ ਬਾਗ਼ਾਂ ਵਿਚ

ਕਣਕ ਤੇ ਕਪਾਹ ਦੇ ਖੇਤਾਂ ਵਿਚ
ਹਵਾ   ਧੁੱਪ   ਪੱਕੇ ਹੋਏ ਫਲ
ਕਬੂਤਰ   ਖੜ੍ਹੇ ਅਲ਼ਸਾਉਂਦੇ ਟਰੈਕਟਰ
ਪਾਸ਼ ਨਾਲ਼ ਗੱਲਾਂ ਕਰਦੇ ਹਨ –
ਦੱਸ ਤੇਰੇ ਬਚਪਨ ਦੀ
ਤੇਰੀ ਜਵਾਨੀ ਦੀ ਧੁੱਪ ਕਿਹੋ ਜਿਹੀ ਸੀ?
ਕਪਾਹ ਦੀਆਂ ਫੁੱਟੀਆਂ
ਜਦ ਤੇਰੀ ਨੀਂਦ ਚ ਖਿੜਦੀਆਂ ਹਨ
ਤਾਰਿਆਂ ਦਾ ਝੁਰਮਟ ਬਣ ਕੇ
ਤਾਂ ਤੇਰਾ ਦਿਲ ਨਹੀਂ ਮਚਲਦਾ?
ਜੇਲ ਦੀਆਂ ਕੰਧਾਂ ਤੇ
ਦੋਨੇ ਦੇ ਟਿੱਬਿਆਂ 'ਤੇ ਰੀਂਘਦੀ ਧੁੱਪ ਨੂੰ ਯਾਦ ਕਰਕੇ
ਸੁੱਤੇ ਕੈਦੀਆਂ ਦੇ ਫੇਫੜਿਆਂ ਚ ਘੁੰਮਦੀ ਹਵਾ ਬਣ ਕੇ

ਉਮਰ ਦਾ ਪਰਛਾਵਾਂ ਲੰਮਾ ਹੁੰਦਾ ਜਾਂਦਾ ਹੈ
ਬੱਚਿਆਂ ਦੇ ਧੁੱਪੇ ਪਾਏ ਕਪੜੇ ਹਵਾ ਚ ਹਿੱਲਦੇ ਹਨ
ਪਾਸ਼ ਚੁੱਪ ਰਹਿੰਦਾ ਹੈ
ਪਾਸ਼ ਇਥੇ ਰਹਿੰਦਾ ਹੈ॥

ਪਾਸ਼ ਦਾ ਮਰਸੀਆ

ਸੂਰਜ ਉੱਚਾ ਹੋ ਗਿਆ
ਸਿਖਰ ਦੁਪਹਿਰੇ

ਜਲ ਵਿਚ ਰੋਵਣ ਮੱਛੀਆਂ
ਸਿਖਰ ਦੁਪਹਿਰੇ

ਇਕ ਤਾਰਾ ਟੁੱਟਾ ਅੰਬਰੋਂ
ਸਿਖਰ ਦੁਪਹਿਰੇ

ਰਾਤ ਗ਼ਮਾਂ ਦੀ ਛਾ ਗਈ
ਸਿਖਰ ਦੁਪਹਿਰੇ

ਟੁੱਟੀ ਰਾਂਝੇ ਦੀ ਵੰਝਲੀ
ਸਿਖਰ ਦੁਪਹਿਰੇ

ਰੂਹ ਵਿੰਨ੍ਹੀ ਸਾਡੀ ਜ਼ਾਲਮਾਂ
ਸਿਖਰ ਦੁਪਹਿਰੇ

ਯਾਰ ਮਿਰਜ਼ੇ ਦਾ ਸੌਂ ਗਿਆ
ਸਿਖਰ ਦੁਪਹਿਰੇ

ਬਾਝ ਭਰਾਵਾਂ ਮਾਰਿਆ
ਸਿਖਰ ਦੁਪਹਿਰੇ

ਬਿਜਲੀ ਡਿੱਗੀ ਕਹਿਰ ਦੀ
ਸਿਖਰ ਦੁਪਹਿਰੇ

ਲੱਗੀ ਅੱਗ ਪੰਜ ਆਬ ਨੂੰ
ਸਿਖਰ ਦੁਪਹਿਰੇ

ਸਭ ਅੱਖਰ ਝੂਠੇ ਪੈ ਗਏ
ਸਿਖਰ ਦੁਪਹਿਰੇ

ਖ਼ੂਨ ਅੱਖਾਂ ਵਿਚ ਉਤਰਿਆ
ਸਿਖਰ ਦੁਪਹਿਰੇ

ਇਕ ਪੰਛੀ ਉੜਿਆ ਰਾਖ ਚੋਂ
ਸਿਖਰ ਦੁਪਹਿਰੇ

ਹਰ ਦਿਲ ਵਿਚ ਆ ਕੇ ਬਹਿ ਗਿਆ
ਸਿਖਰ ਦੁਪਹਿਰੇ

ਇਕ ਹੋਰ ਸੂਰਜ ਉੱਗਿਆ
ਸਿਖਰ ਦੁਪਹਿਰੇ

ਲੰਦਨ ਪਾਰਕ ਦਾ ਮੋਰ

ਬਾਗੀਂ ਮੋਰ ਬੋਲੇ ਦਿਲ ਖੁੱਸਦਾ ਪਿਆ
ਕੂਕਾਂ ਵਿੰਨੂ ਛੱਡੀ ਰਾਤ, ਲਹੂ ਸਿੰਮਦਾ ਰਿਹਾ।

ਬਾਗੀਂ ਮੋਰ ਬੋਲੇ ਦਿਲ ਖੁੱਸਦਾ ਪਿਆ
ਰੰਗ ਹੱਸਦਾ ਰਿਹਾ, ਰੰਗ ਰੋਂਦਾ ਰਿਹਾ।

ਬਾਗੀਂ ਮੋਰ ਬੋਲੇ ਦਿਲ ਖੁੱਸਦਾ ਪਿਆ
ਪਿੰਡੇ ਕੰਬਣੀ ਛਿੜੇ, ਜੱਗ ਹੱਸਦਾ ਰਿਹਾ।

ਬਾਗੀਂ ਮੋਰ ਬੋਲੇ ਦਿਲ ਖੁੱਸਦਾ ਪਿਆ
ਕਿੱਥੇ ਅੰਬਾਂ ਦਾ ਹੈ ਬੂਰ, ਇਹੋ ਲਭਦਾ ਰਿਹਾ।

ਬਾਗੀਂ ਮੋਰ ਬੋਲੇ ਦਿਲ ਖੁੱਸਦਾ ਪਿਆ
ਕਦੇ ਮੁੱਕੇ ਨਾ ਝੜੀ, ਮੀਂਹ ਵਰੁਦਾ ਰਿਹਾ।

ਬਾਗੀਂ ਮੋਰ ਬੋਲੇ ਦਿਲ ਖੁੱਸਦਾ ਪਿਆ
ਪਿਆਸ ਮਚਦੀ ਨੂੰ ਸੀਨੇ ਵਿਚ ਦੱਬਦਾ ਰਿਹਾ।

ਬਾਗੀਂ ਮੋਰ ਬੋਲੇ ਦਿਲ ਖੁੱਸਦਾ ਪਿਆ
ਮਿੱਠੀ ਕੈਦ ਵਿਚ ਬੰਦ, ਪੱਰ ਤੋਲਦਾ ਰਿਹਾ।

ਜੰਗਲ਼ੇ ਚ ਪੈਲ ਪਾਈ ਸਾਰਿਆਂ ਨੇ ਦੇਖੀ
ਨਾਲ਼ੇ ਝੁਰਦਾ ਰਿਹਾ, ਨਾਲ਼ੇ ਨੱਚਦਾ ਰਿਹਾ॥

ਵੀਕਐਂਡ ਸਫ਼ਰ

ਸੜਕ ਦੀ ਕਿਤਾਬ ਸਫ਼ਾ-ਦਰ-ਸਫ਼ਾ ਖੁੱਲ੍ਹਦੀ ਜਾਂਦੀ ਹੈ

ਅੰਨ੍ਹੇਰੇ ਵਿਚ ਮੋਟਰਵੇਅ 'ਤੇ ਬਰਫ਼ ਪੈਣ ਲੱਗੀ ਹੈ
ਚੁੱਪਚਾਪ ਸ਼ਾਂਤ

ਕੋਚ ਦੇ ਡਰਾਈਵਰ ਨੇ
ਵਰ੍ਹਿਆਂ ਮਗਰੋਂ ਪੱਗ ਬੰਨ੍ਹਣੀ ਸ਼ੁਰੂ ਕੀਤੀ ਹੈ
ਇਹਦੇ ਮੱਥੇ 'ਤੇ ਤੀਉੜੀਆਂ ਹਨ
ਜਿਨ੍ਹਾਂ ਇਹਦੀਆਂ ਬਾਹਵਾਂ ਤੇ ਪੈਰਾਂ ਨੂੰ ਕੱਸਿਆ ਹੋਇਆ ਹੈ

ਸਵਾਰੀਆਂ ਬੈਠੀਆਂ ਹਨ ਚੁੱਪਚਾਪ
ਕੋਚ ਦੀਆਂ ਲਾਈਟਾਂ ਵਿਚ ਡਿਗ ਰਹੀ ਬਰਫ਼ ਨੂੰ ਦੇਖਦੀਆਂ

ਧੌਲੇ ਵਾਲ਼ਾਂ ਵਾਲੀ ਔਰਤ ਸੋਚ ਰਹੀ ਹੈ
ਤੇ ਅਪਣੇ ਆਪ ਨੂੰ ਆਖਦੀ ਹੈ –
ਬਾਹਰ ਬਰਫ਼ ਪੈ ਰਹੀ ਹੈ

ਗਰਭਵਤੀ ਕੁੜੀ ਸੋਚ ਰਹੀ ਹੈ
ਤੇ ਅਪਣੇ ਆਪ ਨੂੰ ਆਖਦੀ ਹੈ –
ਬਾਹਰ ਬਰਫ਼ ਪੈ ਰਹੀ ਹੈ

ਸੁਹਣੇ ਗੁੰਦੇ ਹੋਏ ਵਾਲ਼ਾਂ ਵਾਲ਼ਾ ਮੁੰਡਾ ਸੋਚ ਰਿਹਾ ਹੈ
ਤੇ ਅਪਣੇ ਆਪ ਨੂੰ ਆਖਦਾ ਹੈ –
ਬਾਹਰ ਬਰਫ਼ ਪੈ ਰਹੀ ਹੈ

ਚੁੱਪਚਾਪ ਸ਼ਾਂਤ
ਅੰਨ੍ਹੇਰੇ ਵਿਚ ਮੋਟਰਵੇਅ 'ਤੇ ਵਾਪਸ ਘਰਾਂ ਨੂੰ ਜਾ ਰਹੀ ਹੈ ਕੋਚ

ਸੜਕ ਦੀ ਕਿਤਾਬ ਸਫ਼ਾ-ਦਰ-ਸਫ਼ਾ ਬੰਦ ਹੁੰਦੀ ਜਾਂਦੀ ਹੈ॥

ਅਮੀਨ ਮੁਗਲ

ਅਮੀਨ ਮੁਗਲ ਨੱਚ ਰਿਹਾ ਹੈ
ਇੱਕੋ ਥਾਂ ਉੱਛਲੀ ਜਾਂਦਾ
ਜਿੱਦਾਂ ਰਬੜ ਦਾ ਬਾਵਾ ਹੋਵੇ
ਟੱਪਦਾ ਰਿਹਾੜ ਕਰਦਾ ਬੱਚਾ ਹੋਵੇ

ਅਮੀਨ ਮੁਗਲ ਸ਼ਰਾਬੀ ਹੈ
ਪਰ ਅਮੀਨ ਮੁਗਲ ਖ਼ੁਸ਼ ਨਹੀਂ
ਇਸੇ ਲਈ ਅਮੀਨ ਮੁਗਲ ਨੱਚ ਰਿਹਾ ਹੈ

ਖ਼ਿਆਲਾਂ ਦੀ ਗਰਾਰੀ ਹੋਰ ਤੇਜ਼ ਘੁੰਮਣ ਲੱਗੀ ਹੈ
ਅਮੀਨ ਮੁਗਲ ਸੋਚ ਰਿਹਾ ਹੈ

ਖ਼ੁਦਾ ਤੋਂ ਨਹੀਂ ਖ਼ੁਦ ਤੋਂ ਡਰਦਾ ਬੰਦਾ ਨੱਚ ਰਿਹਾ ਹੈ
ਅਮੀਨ ਮੁਗਲ ਹੱਸ ਰਿਹਾ ਹੈ

ਜੰਮਣ-ਭੋਂ

ਅਮੀਨ ਮੁਗ਼ਲ ਦੇ ਨਾਂ

ਜੰਮਣ-ਭੋਂ ਛੱਡ ਗਏ ਬੰਦੇ ਨੂੰ ਕਦੇ ਗ਼ੈਰਹਾਜ਼ਿਰ ਨਹੀਂ ਸਮਝਦੀ

ਛੱਡ ਕੇ ਆਏ ਬੰਦੇ ਨੂੰ ਕਦੇ ਪਤਾ ਨਹੀਂ ਲੱਗਦਾ
ਕਿ ਉਹ ਕਿਤੇ ਆਇਆ ਜਾਂ ਗਇਆ ਨਹੀਂ
ਉਹ ਕਿਤੇ ਛੱਡ ਕੇ ਨਹੀਂ ਜਾਣ ਜੋਗਾ
ਉਹ ਉਥੇ ਹੀ ਕਿਤੇ ਹੁੰਦਾ ਹੈ ਅਪਣੇ ਹੋਣ ਦੀ ਖੇਡ ਵਿਚ ਲੱਗਾ
ਆਕਾਸ਼ ਨੂੰ ਇਸਦੀ ਖ਼ਬਰ ਹੈ
ਜੰਮਣ-ਭੋਂ ਇਹਾ ਸੋਚਦੀ ਹੈ

ਪਰ ਜੰਮਣ-ਭੋਂ ਛੱਡ ਕੇ ਆਇਆ ਬੰਦਾ
ਨਾਸਮਝੀ ਚ ਅਪਣੇ ਆਪ ਨੂੰ ਕੋਸਦਾ ਰਹਿੰਦਾ ਹੈ
ਔਸੀਆਂ ਉਹਨੂੰ ਰਾਹ ਦੇਣੋਂ ਹਟ ਜਾਂਦੀਆਂ ਹਨ
ਈਦ ਦੇ ਚੰਨ ਨੂੰ ਅਪਣੇ ਘਰ ਦਾ ਰਸਤਾ ਭੁੱਲਣ ਲਗਦਾ ਹੈ
ਤੇ ਕਿਸੇ ਰੇਲ ਸਟੇਸ਼ਨ ਦੀ ਬੈਂਚ 'ਤੇ ਬੈਠੇ ਗੱਡੀ ਉਡੀਕਦਿਆਂ
ਆਖ਼ਰ ਇਕ ਦਿਨ ਉਹਦਾ ਦਿਲ ਵੀ ਉਹਦਾ ਸਾਥ ਛੱਡ ਜਾਂਦਾ ਹੈ
ਜੰਮਣ-ਭੋਂ ਛੱਡ ਕੇ ਆਏ ਬੰਦੇ ਦਾ ਇਹੀ ਹਸ਼ਰ ਹੁੰਦਾ ਹੈ

ਪਰ ਜੰਮਣ-ਭੋਂ ਛੱਡ ਕੇ ਚਲੇ ਗਏ ਬੰਦੇ ਨੂੰ ਕਦੇ ਗ਼ੈਰਹਾਜ਼ਿਰ ਨਹੀਂ ਸਮਝਦੀ

ਰੇਲਗੱਡੀ ਦੇ ਮੁਸਾਫ਼ਿਰ

1

ਚੱਲਦੀ ਰੇਲਗੱਡੀ ਚ ਮੁਸਾਫ਼ਿਰ ਸੁੱਤੇ ਪਏ ਹਨ
ਨੀਲੀ ਬੱਤੀ ਦੀ ਜਾਗਦੀ ਲੋਅ ਵਿਚ ਇੰਜ ਲਗਦੇ ਹਨ
ਜਿਵੇਂ ਡੱਬੇ ਚ ਕੱਚ ਦੀਆਂ ਮੂਰਤਾਂ ਰੂੰ ਵਿਚ ਰੱਖੀਆਂ ਹੋਣ
ਟੁੱਟਣ ਦੇ ਡਰੋਂ

ਇਸ ਵੇਲੇ ਮੁਸਾਫ਼ਿਰਾਂ ਨੂੰ ਟੁੱਟਣ ਦਾ ਡਰ ਨਹੀਂ
ਸੁਪਨੇ ਵਿਚ ਹੁਣ ਇਹ ਪਟੜੀ ਦੇ ਨੱਠੇ ਜਾਂਦੇ ਡੱਬੇ ਚ ਨਹੀਂ
ਕਿਤੇ ਹੋਰ ਹਨ
ਕਿਤੇ ਹੋਰ ਹੁੰਦਿਆਂ ਸਫ਼ਰ ਸੌਖਾ ਲੰਘ ਜਾਂਦਾ ਹੈ
ਚੱਲਦੀ ਰੇਲਗੱਡੀ ਚ ਮੁਸਾਫ਼ਿਰ ਸੁੱਤੇ ਪਏ ਹਨ

2

ਚੱਲਦੀ ਰੇਲਗੱਡੀ ਚ ਮੁਸਾਫ਼ਿਰ ਬੈਠੇ ਪੜ੍ਹ ਰਹੇ ਹਨ
ਗਾਚਨੀ ਰੰਗ ਦੀ ਲੋਅ ਵਿਚ ਇੰਜ ਲਗਦੇ ਹਨ
ਜਿਵੇਂ ਮੰਦਿਰ ਚ ਪੱਥਰ ਦੀਆਂ ਮੂਰਤੀਆਂ ਰੱਖੀਆਂ ਹੋਣ
ਮੌਤ ਦੇ ਡਰੋਂ

ਇਸ ਵੇਲੇ ਮੁਸਾਫ਼ਿਰਾਂ ਨੂੰ ਮੌਤ ਦਾ ਡਰ ਨਹੀਂ
ਕਿਤਾਬ ਪੜ੍ਹਦਿਆਂ ਹੁਣ ਇਹ ਪਟੜੀ ਦੇ ਨੱਠੇ ਜਾਂਦੇ ਡੱਬੇ ਚ ਨਹੀਂ
ਕਿਤੇ ਹੋਰ ਹਨ
ਕਿਤੇ ਹੋਰ ਹੁੰਦਿਆਂ ਸਫ਼ਰ ਸੌਖਾ ਲੰਘ ਜਾਂਦਾ ਹੈ
ਚੱਲਦੀ ਰੇਲਗੱਡੀ ਚ ਮੁਸਾਫ਼ਿਰ ਬੈਠੇ ਪੜ੍ਹ ਰਹੇ ਹਨ

3

ਚੱਲਦੀ ਰੇਲ ਗੱਡੀ ਚ ਬੈਠੇ ਮੁਸਾਫ਼ਿਰ ਮੂੰਹ ਚੁੱਕੀ ਝਾਕ ਰਹੇ ਹਨ
ਇਸ ਵੇਲੇ ਜਿਹੜੇ ਕਿਤੇ ਹੋਰ ਨਹੀਂ ਹਨ
ਉਨ੍ਹਾਂ ਦਾ ਸਫ਼ਰ ਔਖਾ ਲੰਘ ਰਿਹਾ ਹੈ
ਚੱਲਦੀ ਰੇਲਗੱਡੀ ਵਿਚ

ਲਸਣ

ਦੂਰ ਕਿਤੇ ਪਰਦੇਸੀਂ
ਜਦ ਕੋਈ ਵਤਨੀ ਭਉਂਦਿਆਂ ਨਜ਼ਰੀਂ ਆਵੇ
ਕੋਈ ਖ਼ੁਸ਼ੀ ਅਨੋਖੀ ਚੜ੍ਹ ਜਾਂਦੀ ਹੈ।
ਆਪਮੁਹਾਰੇ ਨਜ਼ਰਾਂ ਤੇ ਹੱਥ ਉਸ ਵਲ ਧਾਂਦੇ
ਸੁੱਖਸਾਂਦ ਪਿੰਡ ਗਵਾਂਢ ਦੀ ਗੱਲ ਦੀ
ਤੰਦ ਜਿਹੀ ਫਿਰ ਜੁੜ ਜਾਂਦੀ ਹੈ।

ਸਾਨਫ਼੍ਰਾਂਸਿਸਕੋ ਦੇ ਇਕ ਪਿੰਡ ਵਿਚ
ਮੀਲਾਂਬੱਧੀ ਪਸਰੇ ਖੇਤਾਂ ਵਿਚ
ਜਦ ਖੇਤ ਮਜੂਰਨ ਬੀਬੀਆਂ ਖ਼ਾਤਿਰ
ਪੰਜਾਬੀ ਵਿਚ ਲਿਖਿਆ ਲਫ਼ਜ਼ **ਲਸਣ** ਜਦ ਨਜ਼ਰੀਂ ਆਇਆ
ਲੱਗਾ ਜਿਵੇਂ ਬੋਲੀ ਅਪਣੀ
ਦੂਰ ਪਰਦੇਸ ਦੀ ਧਰਤੀ ਉੱਤੇ ਖ਼ੁਸ਼ਆਮਦੀਦ ਬੁਲਾਵੇ
ਹੱਥ ਮਿਲਾਵੇ ਜੱਫੀ ਪਾਵੇ ਖ਼ੈਰ ਮਨਾਵੇ
ਇਕ ਪਲ ਲਫ਼ਜ਼ ਲਸਣ ਵੀ ਮਿਸਰੀ ਵਰਗਾ ਮਿੱਠਾ ਲੱਗਾ।

ਪਰ ਸਾਗਰੋਂ ਵਿਛੜੀ ਮੱਛਲੀ ਵਰਗੇ
ਲਫ਼ਜ਼ ਵੀ ਜੂਨ ਗੁਆ ਲੈਂਦੇ ਹਨ
ਮਾਅਨੇ ਹੋਰ ਬਣਾ ਲੈਂਦੇ ਹਨ
ਦਿਲ ਨੂੰ ਹੋਰ ਦੁਖਾ ਜਾਂਦੇ ਹਨ।
ਏਥੇ ਲਫ਼ਜ਼ ਲਸਣ ਦਾ ਮਤਲਬ –
  15 ਡਾਲੇ ਰੋਜ਼ ਦਿਹਾੜੀ
  ਘੜੀ ਦੀ ਟਿਕ ਟਿਕ
  ਡਾਰ-ਵਿਛੁੰਨੀਆਂ ਕੂੰਜਾਂ
  ਗਹਿਣੇ ਸੂਟ ਕਬੀਲੇਦਾਰੀ ਹੱਥ ਦੀਆਂ ਛਾਪਾਂ
ਪਰਲੋਭਾਂ ਤੇ ਮੋਹ ਦਾ ਭਵਜਲ
ਜਿਸ ਵਿਚ ਵਿਰਲੀ ਟਾਵੀਂ ਮੱਛੀ
ਜਾਲ਼ ਤੋਂ ਜਾਨ ਛੁਡਾ ਸਕਦੀ ਹੈ॥

ਖੇਡ

ਚੰਨ ਮਾਮਾ ਇਸ ਖੇਡ ਚ ਕਿਤੇ ਵੀ ਨਹੀਂ
ਹੀ-ਮੈਨ ਟੈਲੀ ਦੀ ਗ਼ਾਰ ਚੋਂ ਨਿਕਲਦਾ ਹੈ
ਤਾਂ ਪੀਲੇ ਰੰਗ ਦਾ ਬਿੱਲਾ
ਤੇ ਕਲਮੂੰਹਾਂ ਮੌਨਸਟਰ
ਮਹਿਲਾਂ ਦੀਆਂ ਝੀਤਾਂ ਵਿਚ ਲੁਕ ਜਾਂਦਾ ਹੈ।
ਨਬੀ ਹਾਕਾਂ ਮਾਰਦਾ ਹੈ –
          ਸ਼ੀਬਾ...ਸ਼ੀਬਾ...
ਸ਼ੀਬਾ ਕਿਤੇ ਨਹੀਂ
ਤੇ ਇਸ ਤੋਂ ਬੇਖ਼ਬਰ ਅਪਣਾ ਸਾਈਕਲ
ਨੀਂਦ ਦੀ ਸੜਕ 'ਤੇ ਦੁੜਾਉਣ ਲਗਦਾ ਹੈ।
ਹੀ-ਮੈਨ   ਡੋਨਲਡ ਡੱਕ   ਮਿੱਕੀ ਮਾਊਸ
ਹਲਕ   ਸਪਾਈਡਰਮੈਨ
ਇਕ ਦੂਜੇ ਦਾ ਰੂਪ ਵਟਾਉਂਦੇ
ਵਗਦੇ ਟੈਲੀ ਚ ਛਾਲਾਂ ਮਾਰਦੇ ਅਲੋਪ ਹੋ ਜਾਂਦੇ ਹਨ।
ਨਬੀ ਖੜ੍ਹਾ ਦੇਖਦਾ ਹੈ ਚੁੱਪਚਾਪ ਹੈਰਾਨ
ਚੰਨ ਚਾਨਣੀ ਇਸ ਸਾਰੀ ਖੇਡ ਚ ਕਿਤੇ ਵੀ ਨਹੀਂ
ਇਹਦੀ ਹੁਣ ਉਡੀਕ ਕਿਸਨੂੰ ਹੈ?

* ਇਹ ਸਾਰੇ ਕਿਰਦਾਰ ਬੱਚਿਆਂ ਦੀਆਂ ਅਮਰੀਕੀ ਫ਼ਿਲਮਾਂ ਦੇ ਹਨ, ਜੋ ਪਹਿਲੀ ਦੁਨੀਆ ਵਿਚ ਵੱਸਦੇ ਸਾਡੇ ਬੱਚਿਆਂ ਦੇ ਨਵੇਂ ਅਲਫ਼-ਲੈਲਾ ਤੇ ਪੰਚਤੰਤਰ ਹਨ. ਨਬੀ (ਨਵਰੋਜ਼) ਮੇਰੇ ਛੋਟੇ ਪੁੱਤ ਦਾ ਨਾਂ ਹੈ।

...

ਬਹੁਤ ਦਿਨਾਂ ਬਾਅਦ
ਅੱਜ ਸੂਰਜ ਦਾ ਮੁੱਖ ਖਿੜਿਆ ਹੈ
ਉਹਦੀ ਮਹਿਕ ਆਖਦੀ ਹੈ –
ਬਾਹਰ ਆਓ, ਬਾਹਰ ਨਿਕਲੋ...

ਅੱਜ ਅਸੀਂ
ਰੇਲ ਦੇ ਪੁਰਾਣੇ ਪੁੱਲ 'ਤੇ ਜਾਵਾਂਗੇ
ਅੱਜ ਅਸੀਂ ਬਹੁਤ ਖ਼ੁਸ਼ ਹੋਵਾਂਗੇ
ਕਈ ਪੁੱਲਾਂ ਹੇਠੋਂ ਲੰਘ ਕੇ ਆਈਆਂ ਗੱਡੀਆਂ ਨੂੰ ਦੇਖ ਕੇ
ਅਸੀਂ ਬੱਚਿਆਂ ਨਾੱਲ ਬੱਚਿਆਂ ਵਾਂਡ ਹੈਰਾਨ ਹੋਵਾਂਗੇ –

    ਕਿਥੋਂ ਆਉਂਦੀਆਂ ਹਨ ਇਹ ਗੱਡੀਆਂ
    ਤੇ ਜਾਂਦੀਆਂ ਕਿਥੇ ਹਨ
    ਇਨ੍ਹਾਂ ਨੂੰ ਬਣਾਉਂਦਾ ਕੌਣ ਹੈ
    ਇਨ੍ਹਾਂ ਨੂੰ ਚਲਾਉਂਦਾ ਕੌਣ ਹੈ
    ਕੌਣ ਭਾਗਾਂਭਰੇ ਇਨ੍ਹਾਂ ਚ ਬੈਠਦੇ ਹਨ
    ਜੋ ਕੰਮਾਂ ਤੋਂ ਆਉਂਦੇ ਹਨ ਘਰਾਂ ਨੂੰ ਜਾਂਦੇ ਹਨ

ਅਸੀਂ ਬਹੁਤ ਸਾਰੇ ਪੁੱਲਾਂ
ਤੇ ਬਹੁਤ ਸਾਰੀਆਂ ਗੱਡੀਆਂ ਲਈ ਦੁਆ ਕਰਾਂਗੇ
ਅੱਜ ਅਸੀਂ ਰੇਲ ਦੇ ਪੁਰਾਣੇ ਪੁੱਲ 'ਤੇ ਜਾਵਾਂਗੇ
ਬਹੁਤ ਦਿਨਾਂ ਬਾਅਦ
ਅੱਜ ਸੂਰਜ ਦਾ ਮੁੱਖ ਖਿੜਿਆ ਹੈ॥

ਕਲਾਮ ਵਲੈਤੀ ਮੁੰਡੇ ਦਾ ਅਪਣੇ ਬਾਪ ਨਾਲ਼

1

ਮਨ ਦੇ ਓ ਪਰਦੇਸੀਓ
ਸਭ ਦੇਸ ਪਰਾਏ।
ਨਦੀ ਪਹਾੜੋਂ ਉਤਰੇ
ਨਾ ਮੁੜ ਕੇ ਜਾਏ।
ਉਹ ਤਾਂ ਛਾਲ਼ਾਂ ਮਾਰਦੀ
ਵਲ ਸਾਗਰ ਧਾਏ।

ਤੁਸੀਂ ਕੀ ਅਣਹੋਣੀ ਕਰਦੇ
ਨਦੀਆ ਬੰਨ੍ਹ ਕੇ
ਦਿਲ ਦੇ ਖੂਹ ਨੂੰ ਭਰਦੇ।

ਲੋਕ ਹੁੰਦੇ ਸਨ ਆਖਦੇ
ਕਿ ਮੁੜ ਕੇ ਕਦੇ ਨਾ ਆਂਵਦੇ
ਪੰਛੀ ਤੇ ਪਰਦੇਸੀ।

ਕਿਹੋ ਜਹੇ ਤੁਸੀਂ ਪੰਛੀ
ਕਿਹੋ ਜਹੇ ਪਰਦੇਸੀ
ਉਡ ਉਡ ਕੇ ਨੇ ਜਾਂਵਦੇ
ਜੋ ਅਪਣੇ ਦੇਸੀਂ।
ਦੇਸ ਤਾਂ ਯਾਰੋ ਐਸਾ ਬਣ ਹੈ
ਨਾ ਕੋਈ ਰੁੱਖ ਤੇ ਨਾ ਕੋਈ ਪੰਛੀ
ਨਾ ਕੋਈ ਅੱਖ ਸੱਜਣ ਹੈ।

2

ਕੋਈ ਤਾਂ ਹੈ ਯਾਦਾਂ ਦਾ ਮੋਢਾ
ਜਿਸ ਉੱਤੇ ਸਿਰ ਰਖ ਕੇ
ਤੁਸੀਂ ਰੋ ਸਕਦੇ ਹੋ।
ਕੋਈ ਤਾਂ ਹੈ ਯਾਦਾਂ ਦਾ ਰਸਤਾ
ਜਿਸ ਉੱਤੇ ਚਲ ਕੇ
ਤੁਸੀਂ ਹੋ ਸਕਦੇ ਹੋ।

ਪਰ ਕੀ ਕਰੀਏ
ਹੁਣ ਕਿਸ ਨੂੰ ਕਹੀਏ।
ਨਾ ਕੋਈ ਰਸਤਾ ਨਾ ਕੋਈ ਮੋਢਾ
ਰੋਣਾ ਤਾਂ ਕੀ ਅਸੀਂ ਹੋ ਨਹੀਂ ਸਕਦੇ।

ਕਦੇ ਕਦਾਈਂ ਇੰਡੀਆ ਜਾਵਾਂ
ਕੋਈ ਨ ਜਾਣੇ ਕਿਸਦਾ ਜਾਇਆ।
ਉਹ ਤਾਂ ਆਖਣ ਹੋਈ ਕੀ 'ਗਰਬਰ'
ਕੌਣ ਅੰਗਰੇਜ਼ ਫ਼ਰੰਗੀ ਗੋਰਾ
ਗਿਟਮਿਟ ਕਰਦਾ
ਸਾਹਬ ਵਲੈਤੀ ਬਾਹਰੋਂ ਆਇਆ।
ਮੈਂ ਸਾਹਬ ਵਲੈਤੀ
ਉਸ ਪਿਉ ਦਾ ਜਾਇਆ
ਜੋ ਕੋਠੀ ਬੰਗਲ਼ਿਆਂ ਸੋਨੇ ਖ਼ਾਤਿਰ
ਬੇਵਤਨਾ ਬੇਗ਼ੈਰਤ ਹੋ ਕੇ
ਦੇਸ ਬੇਗਾਨੇ ਨੱਠਾ ਆਇਆ।

ਮੇਰੀ ਬੋਲੀ ਦਾ ਹੈਂ ਕਾਤਿਲ ਤੂੰ
ਮੇਰੇ ਸੁਪਨੇ ਦਾ ਹੈਂ ਕਾਤਿਲ ਤੂੰ
ਮੇਰੇ ਹਾਸੇ ਯਾਦਾਂ ਰੀਝਾਂ ਦਾ
ਮੇਰੀ ਖ਼ੁਸ਼ਬੂ ਦਾ ਹੈਂ ਕਾਤਿਲ ਤੂੰ।

ਮੈਂ ਵੀ ਤੇਰਾ ਸੁਪਨੇ ਜਾਇਆ
ਸਵੇਰ ਪਹਿਰ ਦਾ ਸੁਪਨਾ
ਮੈਂ ਵੀ ਚਾਹਵਾਂ ਪੂਰਾ ਕਰ ਲਾਂ
ਰੂਪ ਕਹਿਰ ਦਾ ਸੁਪਨਾ।

ਮੇਰੇ ਇਸ ਸੁਪਨੇ ਦੀ ਬੋਲੀ
ਤੈਨੂੰ ਸਮਝ ਨਾ ਆਏ
ਕਿੰਜ ਤੈਨੂੰ ਸਮਝਾਵਾਂ ਆਖ਼ਿਰ
ਮੈਨੂੰ ਸਮਝ ਨਾ ਆਏ।

ਛੋਕਰਵਾਧਾ ਗੁਲ਼ਾਂ ਕੱਢਦਾ:
ਪਾਕੀ, ਕਾਲ਼ਾ, ਕੰਜਰ
ਨ ਕਦੇ ਦਿਖਾਏ ਤੈਨੂੰ
ਮੈਂ ਸੀਨੇ ਵੱਜਦੇ ਖ਼ੰਜਰ।

ਪਾਕੀ ਤੋਂ ਫਿਰ ਪੱਕੀ ਬਣ ਕੇ
ਬਦਲੇ ਅਪਣੇ ਨੈਮ
ਗੁਰਪਾਲ ਤੋਂ ਗੈਰੀ ਬਣ ਗੇ'
ਸਰਬਜੀਤ ਤੋਂ ਸੈਮ।

3

ਦੇਸੋਂ ਚਲ ਕੇ ਲੰਦਨ ਉਤਰੇ
ਜੇਬੀਂ ਸਨ ਤਿੰਨ ਖ਼ਾਬ –
ਪਹਿਲਾ ਖ਼ਾਬ ਸੀ ਘਰ ਦਾ ਮਿੱਠਾ
ਦੂਜਾ ਉੱਚੀ ਜਾਬ
ਤੀਜਾ ਖ਼ਾਬ ਸੀ ਪੁਤ ਧੀਆਂ ਦਾ
ਫਸਿਆ ਵਿਚ ਅਜ਼ਾਬ।

ਸ਼ੀਸ਼ੇ ਵਾਂਡੂੰ ਤਿੜਕੇ ਸੁਪਨੇ
ਖਿਲਰੇ ਬਣ ਕੇ ਕੰਡੇ
ਪਲਕਾਂ ਨਾਲ਼ ਇਹ ਚੁਗ ਨਹੀਂ ਹੋਣੇ
ਅੰਗ ਹੋਣਗੇ ਠੰਡੇ।

ਅੱਧੀ ਉਮਰ ਤਾਂ ਸ਼ਿਫਟਾਂ ਖਾ ਲਈ
ਬਾਕੀ ਖਾ ਲਈ ਕਿਸ਼ਤਾਂ
ਨਾ ਕੋਈ ਤੇਰੇ ਦਿਲ ਦਾ ਜਾਨੀ
ਰੋਵੇਂ ਜਾ ਕੇ ਕਿਸ ਥਾਂ।

ਨਾ ਹੁਣ ਮੋਰ ਕਲਹਿਰੀ ਬੋਲੇ
ਨਾ ਚੰਨ ਚਾਨਣੀ ਖਿੜਦੀ
ਨ ਹੁਣ ਬੂਰ ਅੰਬਾਂ 'ਤੇ ਪੈਂਦਾ
ਹੁਣ ਨਈਂ ਜਵਾਨੀ ਭਿੜਦੀ।

ਹਰ ਪਾਸੇ ਜਦ ਕੋਈ ਨਾ ਦਿਸਦਾ
ਲੈ ਬੈਠੋਂ ਫੇਰ ਗਲਾਸੀ
ਆਪੇ ਕੈਦ ਸਹੇੜੀ ਕੋਲ਼ੋਂ
ਹੋਣੀ ਨੂੰ ਖਲਾਸੀ॥

ਮੂਰਤਾਂ

ਕੰਧ ਦੇ ਉੱਤੇ ਮੂਰਤ ਟੰਗਿਆਂ
ਕੰਧ ਅਲੋਪ ਹੋ ਜਾਂਦੀ
ਜਿਸ ਚਾਰਦੀਵਾਰੀ ਅੰਦਰ
ਅੰਗਸੰਗ ਤਸਵੀਰਾਂ ਹੋਵਣ
ਉਸੇ ਨੂੰ ਘਰ ਕਹਿੰਦੇ

ਮੂਰਤ ਹੁੰਦੀ ਨਿੱਕੀ ਬਾਰੀ
ਜੋ ਰੂਹ ਦੇ ਅੰਦਰ ਖੁੱਲ੍ਹਦੀ
ਮੂਰਤ ਹੁੰਦੀ ਕੰਧ ਦਾ ਆਲ਼ਾ
ਜਿਥੇ ਜਗਦਾ ਦੀਵਾ
ਯਾਦਾਂ ਦੀ ਲੋਅ ਦਿੰਦਾ ਬਲ਼ਦਾ ਰਹਿੰਦਾ

ਕੋਈ ਨਿੱਕੜਾ ਹੱਥ
ਜਿਸ ਵਿਚ ਰੰਗ-ਬਰੰਗੇ ਬੰਟੇ ਰਖਦਾ
ਕ਼ਲਮ ਦਵਾਤ   ਚਿੱਥੀ ਹੋਈ ਪੈਨਸਿਲ
ਟੁੱਟਾ ਭੁਰਿਆ ਬਟਨ ਕੋਟ ਦਾ

ਮੂਰਤ ਹੁੰਦੀ ਨਿੱਕਾ ਸ਼ੀਸ਼ਾ
ਅਸੰਖ ਅੱਕਾਸੀ ਵਾਲ਼ਾ

...

ਯਾਦਾਂ ਮੈਂ ਤੋਂ ਸਤ ਕੇ
ਮੁਸਤਕਬਿਲ ਵਿਚ ਛਾਲ਼ ਲਗਾਈ।
ਮੈਂ ਉਨ੍ਹਾਂ ਨੂੰ ਪਕੜਨ ਦੇ ਲਈ
ਉਸ ਤੋਂ ਅੱਗੇ ਚਾਲ ਚਲਾਈ।
ਪਰ ਉਹ ਦੇਣ ਨਾ ਡਾਹੀ
ਸਮੇਂ ਦੀਆਂ ਲਹਿਰਾਂ ਦੇ ਅੰਦਰ
ਮਰ ਕੇ ਤਰਨਾ ਨ੍ਹੀਂ ਜਦ ਤਾਈਂ।

ਭੂਤ ਅਤੇ ਭਵਿਖਤਰ
ਲਹਿਰਾਂ ਦੇ ਹਨ ਦੋ ਕਿਨਾਰੇ।
ਸਮੇਂ ਦਾ ਪਾਣੀ
ਦੋਹਵੀਂ ਪਾਸੀਂ ਵੱਜਦਾ ਰਹਿੰਦਾ
ਤੀਜਾ ਕੰਢਾ ਲਭਦਾ ਰਹਿੰਦਾ॥

. . .

ਕਿਵੇਂ ਮਿਲੇਗੀ ਮੁਕਤੀ ਮੈਨੂੰ ਯਾਦਾਂ ਤੋਂ।

ਕਿਸੇ ਤਰ੍ਹਾਂ ਇਹ ਯਾਦਾਂ ਚਿੱਠੀਆਂ ਹੋ ਜਾਵਣ
ਚੁੱਕਾਂ, ਪੜ੍ਹ ਕੇ ਰਖ ਦਿਆਂ, ਜਦ ਦਿਲ ਕਰੇ

ਕਿਸੇ ਤਰ੍ਹਾਂ ਇਹ ਯਾਦਾਂ ਚਿੜੀਆਂ ਹੋ ਜਾਵਣ
ਉਡ ਉਡ ਕੇ ਮੁੱਕ ਜਾਵਣ, ਨ ਕੋਈ ਹੰਝ ਭਰੇ

ਲੱਖ ਚਾਹਿਆ ਇਹ ਸ਼ਹਿਰ ਮੇਰਾ ਜੇ ਹੋ ਜਾਵੇ
ਇਹ ਸੜਕਾਂ ਇਹ ਮੀਂਹ ਵਿਚ ਭਿਜੀਆਂ ਰੋਸ਼ਨੀਆਂ
ਭਰ ਲੈਣ ਕਲਾਵੇ ਵਿਚ ਮੈਨੂੰ
ਨ ਕੋਈ ਯਾਦ ਰਹੇ ਨਾ ਸੁਧ ਰਹੇ

ਜਦ ਵੀ ਤੁਰਦਾਂ ਪੈਰੀਂ ਟੇਪਾਂ ਉਲਝਦੀਆਂ
ਗੀਤ ਪੁਰਾਣੇ ਰੁਲਦੇ ਫਿਰਦੇ ਰਾਹਵਾਂ 'ਤੇ
ਜਦੋਂ ਜਹਾਜ਼ ਹਵਾਈ ਸਿਰ ਤੋਂ ਲੰਘਦਾ ਹੈ
ਸਿੱਧਾ ਦਿਲ ਵਿਚ ਆ ਕੇ ਲਹਿੰਦਾ ਹੈ
ਮਨ ਖੁੱਸਦਾ ਸੋਚੀਂ ਪੈਂਦਾ ਮੁੜ ਮੁੜ ਕਹਿੰਦਾ ਹੈ –
ਇਹ ਕਿਉਂ ਆਇਆ ਇਨ ਕਿੱਥੇ ਜਾਣਾ ਸੀ

ਘੁੱਗੀ ਦੀ ਆਵਾਜ਼ ਕੰਨੀਂ ਜਦ ਪੈਂਦੀ ਹੈ
ਵਰ੍ਹਿਆਂ ਦੇ ਖੰਭ ਸੁੰਗੜ ਕੇ ਰਹਿ ਜਾਂਦੇ ਨੇ
ਚਿੰਤਾ ਵਿਚ ਕੋਈ ਪੰਛੀ ਕੰਬ-ਕੰਬ ਜਾਂਦਾ ਹੈ
ਨ ਉਡਦਾ ਨ ਕੂੰਦਾ ਤੇ ਨ ਗਾਉਂਦਾ ਹੈ

ਏਹੀ ਰਿਹਾ ਜੇ ਹਾਲ ਮੈਂ ਪਾਗਲ ਹੋ ਜਾਣਾ
ਕਿਵੇਂ ਮਿਲੇਗੀ ਮੁਕਤੀ ਮੈਨੂੰ ਯਾਦਾਂ ਤੋਂ॥

ਨਹੀਂ ਇਹ ਯਾਦ ਨਹੀਂ ਹੈ ਕੋਈ

ਨਹੀਂ ਇਹ ਯਾਦ ਨਹੀਂ ਹੈ ਕੋਈ

ਯਾਦ ਤਾਂ ਹੁੰਦੀ ਜਿਸ ਨੂੰ ਕਰਕੇ
ਦਿਲ ਮਚਲੇ ਅੱਖ ਲਿਸ਼ਕੇ

ਯਾਦ ਤਾਂ ਹੁੰਦੀ
ਨੀਲੀ ਤਿਤਲੀ
ਪਲਕਾਂ 'ਤੇ ਜੋ ਆ ਕੇ ਬਹਿੰਦੀ
ਯਾਦਾਂ ਅੰਦਰ ਯਾਦਾਂ ਬੁਣਦੀ

ਯਾਦ ਤਾਂ ਹੁੰਦੀ –
ਕੌਲ ਮਹਿੰਦੀ ਦਾ
ਅੰਬ ਦਾ ਬੂਟਾ
ਮੋਰ ਦੀ ਪਾਇਲ
ਚਿੱਟਾ ਹੰਸ
ਤੇ ਕਾਲੀ ਬੱਦਲੀ

ਨਹੀਂ ਇਹ ਯਾਦ ਨਹੀਂ ਹੈ ਕੋਈ
ਇਹ ਤਾਂ ਚੇਤੇ ਦੇ ਬੂਹੇ 'ਤੇ ਦਸਤਕ
ਜੋ ਸਦਾ ਹੀ ਖੁੱਲ੍ਹਾ ਰਹਿੰਦਾ
ਚਿੰਤਾ ਦੀ ਕੋਈ ਨੇਰ੍ਹੀ ਵਗਦੀ
ਠਕ-ਠਕ ਕਰਦਾ ਬੰਦ ਨ ਹੁੰਦਾ
ਨਾ ਕੋਈ ਅੰਦਰ ਰਹਿੰਦਾ

ਸੰਝ-ਸਵੇਰੇ ਭਰੇ ਬਾਜ਼ਾਰੀਂ
ਮਘੀ ਹੋਈ ਮਹਿਫ਼ਲ ਦੇ ਵਿੱਚੋਂ
ਨਾਲ ਪਏ ਸੱਜਣ ਦੀ ਨਜ਼ਰ ਚੁਰਾ ਕੇ
ਸੇਜ ਤੋਂ ਪੋਲੇ ਪੈਰੀਂ ਉਠ ਕੇ
ਮਨ ਅੱਥਰਾ ਦੂਰ ਵੀਰਾਨੇ ਰਾਹਵਾਂ 'ਤੇ ਦੌੜਨ ਲਗਦਾ –
ਬੋੜੇ ਘਰ ਦੀਆਂ ਦੀਵਾਰਾਂ ਨਾ' ਜਾ-ਜਾ ਖਹਿੰਦਾ
ਨਾਲ ਕਬੂਤਰਾਂ ਗੱਲਾਂ ਕਰਦਾ
ਜਿਨ੍ਹਾਂ ਕੋਠੜੀ ਅੰਦਰ ਆਲ੍ਹਣੇ ਪਾਏ

ਫ਼ਰਸ਼ਾਂ ਅਤੇ ਕਿਤਾਬਾਂ
ਬਿੱਠਾਂ ਕਰ-ਕਰ ਮੈਲੀਆਂ ਕਰੀਆਂ
ਇਕਲਾਪੇ ਦੀ ਬਦਰੂਹ ਲੱਭਦਾ
ਜਿਸਨੇ ਜਕੜ ਸਦਾ ਹੀ ਰੱਖੀਆਂ
ਨਿੱਕੇਪਨ ਦੀਆਂ ਖੇਡਾਂ ਯਾਦਾਂ
ਜਵਾਨ ਰੁੱਤ ਦੀਆਂ ਰੀਝਾਂ

ਨਹੀਂ ਇਹ ਯਾਦ ਨਹੀਂ ਹੈ ਕੋਈ
ਮਨ ਚੰਦਰਾ ਬਸ ਭਉਂਦਾ ਫਿਰਦਾ
ਜੇਲ੍ਹਖਾਨੇ ਨਾ' ਸਿਰ ਟਕਰਾਉਂਦਾ
ਜਿਥੇ ਬੰਦ ਅਜੇ ਵੀ ਮੇਰੇ
ਉਮਰ ਦੇ ਕਈ ਸਾਲ ਲੰਮੇਰੇ

ਉੱਡਦਾ ਫਿਰੇ ਵਰੋਲ਼ਿਆਂ ਵਾਂਙੂ
ਪੈਲ਼ੀਆਂ ਵਿਚ ਪੁੱਲਾਂ ਦੇ ਉੱਤੇ
ਜਿਥੇ ਯਾਰ ਸੂਰਮੇ ਮਾਰੇ ਮਾਣ-ਵਿਗੁੱਤੇ
ਖੁਰਾ ਖੋਜ ਨਾ ਮਿਲ਼ਿਆ ਜਿਨਕਾ
ਨਾ ਫ਼ਰਿਆਦ ਕਿਸੇ ਨੇ ਕੀਤੀ।

ਨਹੀਂ ਇਹ ਯਾਦ ਨਹੀਂ ਹੈ ਕੋਈ
ਇਹ ਤਾਂ ਹੈ ਕੋਈ ਟੁੱਟਦਾ ਤਾਰਾ
ਜਗ-ਬੁਝ ਦੀਵਾ
ਜਾਂ ਸੂਰਜ ਅੱਗੇ ਬੱਦਲ਼ੀ॥

ਏਕ ਬੇਵਫ਼ਾ ਹਸੀਨਾ ਕੇ ਨਾਮ

1

ਕੰਬਦਾ ਥਰਥਰਾਉਂਦਾ ਝਿਜਕਦਾ
ਤੇਜ਼ ਚਾਕੂ ਦਾ ਫ਼ਲ
ਸਹਿਮੀ ਹੋਈ ਹਵਾ ਨੂੰ ਚੀਰਦਾ
ਤੇਰੀ ਕੁੱਖ ਚ ਡਿਗਦਾ ਹੈ
ਤੇ ਧਸਦਾ-ਧਸਦਾ ਮੇਰੇ ਸੀਨੇ ਚ ਉਤਰ ਜਾਂਦਾ ਹੈ

ਕੋਈ ਚੀਖ ਨਹੀਂ ਕੋਈ ਪੁਕਾਰ ਨਹੀਂ ਕੋਈ ਪੱਤਾ ਨਹੀਂ ਹਿਲਦਾ
ਇਹ ਕਤਲ ਹੈ
ਜੋ ਮੈਂ ਜਾਗਦਿਆਂ ਤੇ ਸੁੱਤਿਆਂ ਨਿਤ ਕਰਦਾ ਹਾਂ
ਇਹ ਖ਼ੁਦਕੁਸ਼ੀ ਹੈ
ਜੋ ਨਿਤ ਹੁੰਦੀ ਹੈ
ਪਰ ਨ ਤੂੰ ਮਰਦੀ ਹੈਂ ਨਾ ਮੈਂ ਮਰਦਾ ਹਾਂ।

2

ਆਖ਼ਿਰ ਮੈਂ ਤੇਰਾ ਖ਼ੂਨ ਸੀ
ਤੇਰੀ ਸ਼ਾਹਰਗ ਚ ਧੜਕਦਾ
ਤੇਰੇ ਪਿੰਡੇ ਦੀ ਧਰਤੀ ਨੂੰ ਸਿੰਜਦਾ
ਪਰ ਇਕ ਦਿਨ
ਮੈਂ ਤੇਰੇ ਨਾਲ਼ੋਂ ਟੁੱਟ ਗਿਆ
ਤੇਰਾ ਮੈਨੂੰ ਅਪਨੇ ਨਾਲ਼ੋਂ ਤੋੜਨਾ
ਜਿਵੇਂ ਤੇਰੇ ਜਿਸਮ ਦਾ ਮਾਸਿਕ ਧਰਮ ਸੀ॥

ਪਰਦੇਸੀਆਂ ਦਾ ਗੀਤ

ਚਿੱਟਿਆਂ ਬਨੇਰਿਆਂ 'ਤੇ ਚੁੱਪ ਬੈਠਾ ਕਾਂ
ਸਾਨੂੰ ਆਇਆਂ ਦੇਖ ਕੇ ਪਛਾਣੇਗਾ ਵੀ ਨਾ।
ਵਿਹੜਿਆਂ ਚੋਂ ਉੱਠਦੇ ਵਰੋਲ਼ਿਆਂ ਦੀ ਛਾਂ
ਦੂਰ ਸੁੱਟੇਗੀ ਉਡਾ, ਕੋਈ ਜਾਣੇਗਾ ਵੀ ਨਾ।
ਕਿਸ ਨੂੰ ਚੀਰ ਕੇ ਦਿਖਾਵਾਂਗੇ ਦਿਲ
ਜਦੋਂ ਜਾਗੀ ਨਾ ਵਰ੍ਹਿਆਂ ਤੋਂ ਸੁੱਤੀ ਪਈ ਮਾਂ।
ਸਵੇਰਾਂ ਦੇ ਭੁੱਲੇ ਹੁਣ ਕਿੱਥੇ ਜਾਵਾਂਗੇ
ਜਿਹੜੇ ਜਾਣਦੇ ਸੀ ਉਹ ਵੀ ਅਣਜਾਣ ਹੋ ਗਏ॥

ਖ਼ਾਲੀ ਹੱਥ ਭਰੀ ਅੱਖ ਸਾਡੀ ਉਮਰਾਂ ਦੀ ਖੱਟੀ
ਜੱਗ ਜਿਤ ਕੇ ਵੀ ਸਾਰਾ, ਬਾਜ਼ੀ ਮਾਤ ਪੈ ਗਈ।
ਲੈ ਕੇ ਅੰਗਾਂ ਵਿਚ ਧੁੱਪ ਅਸੀਂ ਗਾਹੇ ਚਾਰੇ ਚੱਕ
ਕਿਵੇਂ ਲੰਘਿਆ ਹੈ ਦਿਨ ਉੱਤੋਂ ਰਾਤ ਪੈ ਗਈ।
ਸਾਰੇ ਮਚਿਆ ਤੂਫ਼ਾਨ, ਚੁੱਪ ਹੋਈ ਜਿੰਦ ਜਾਨ
ਲੰਮੀ ਉਮਰਾਂ ਦੀ ਕੈਦ ਸਾਥੋਂ ਨਹੀਂ ਜਾਣੀ ਕੱਟੀ।
ਸਵੇਰਾਂ ਦੇ ਭੁੱਲੇ ਹੁਣ ਕਿੱਥੇ ਜਾਵਾਂਗੇ
ਜਿਹੜੇ ਜਾਣਦੇ ਸੀ ਉਹ ਵੀ ਅਣਜਾਣ ਹੋ ਗਏ॥

ਜਿਨ੍ਹਾਂ ਤੁਰਨਾ ਸਿਖਾਇਆ ਉਹ ਗਏ ਰਾਹ ਮੁੱਕ
ਜਿਨ੍ਹਾਂ ਚੱਲਣਾ ਸਿਖਾਇਆ ਉਹ ਗਏ ਪਾਣੀ ਸੁੱਕ।
ਹਰ ਪੈਰ ਹਰ ਸਾਹ ਜਿਹੜੇ ਰਹੇ ਅੰਗਸੰਗ
ਉਹ ਚੇਤਿਆਂ ਦੀ ਖੇਡ ਵਿਚ ਗਏ ਕਿੱਥੇ ਲੁਕ।
ਸਾਰੇ ਅਲਖ ਜਗਾਈ ਕਿਸੇ ਖ਼ੈਰ ਵੀ ਨਾ ਪਾਈ
ਰੂਹ ਦੀ ਭੁੱਖ ਨੂੰ ਕਿਤੋਂ ਜੁੜਿਆ ਨਾ ਟੁੱਕ।
ਸਵੇਰਾਂ ਦੇ ਭੁੱਲੇ ਹੁਣ ਕਿੱਥੇ ਜਾਵਾਂਗੇ
ਜਿਹੜੇ ਜਾਣਦੇ ਸੀ ਉਹ ਵੀ ਅਣਜਾਣ ਹੋ ਗਏ॥

ਸੌਣ ਤੋਂ ਪਹਿਲਾਂ ਅਰਦਾਸ

ਮੇਰੀ ਉਹ ਹਾਨਣ
ਮੈਨੋਪਾਜ਼ ਤੋਂ ਪਹਿਲਾਂ ਪਹਿਲਾਂ ਜੇ ਕਿਧਰੇ ਮਿਲ ਜਾਏ!
ਹੁਣ ਵੀ ਜਦ ਨੀਂਦਰ ਵਿਚ ਆਂਦੀ
ਦੂਰੋਂ ਦੇਖਦਿਆਂ ਬਸ ਹੁੰਦੀ
ਦਿਲ ਦੀ ਬਾਤ ਕਹੀ ਨ ਜਾਂਦੀ।

ਬੰਦਾ ਬੁੱਢਾ ਹੋ ਜਾਂਦਾ ਹੈ ਤਦ ਵੀ
ਅਪਣੇ ਆਪ ਨੂੰ ਮੁੰਡਾ ਤੇ ਹਾਨਣ ਨੂੰ ਕੁੜੀ ਸਮਝਦਾ।

ਉਸ ਹਾਲੇ ਤਾਈਂ ਨਈਂ ਕਾਜ ਰਚਾਇਆ
ਸੋਚ-ਸੋਚ ਕੇ ਲਗਦਾ ਚੰਗਾ
ਉਡੀਕ ਮੇਰੀ ਵਿਚ ਬੈਠੀ ਕੰਘੀ ਕਰਦੀ
ਨਿਤ ਰਹਿੰਦੀ ਹੈ ਔਸੀਆਂ ਪਾਉਂਦੀ
ਉਹ ਕਿਧਰੇ ਮਿਲ ਜਾਏ!
ਹਿੰਮਤ ਕਰਕੇ ਆਖ ਹੀ ਦੇਣਾ –
ਚਲ ਉਠ ਚੱਲੀਏ
ਮੈਂ ਤੇਰੇ ਖ਼ਾਬਾਂ ਦਾ ਰਾਣਾ।

ਬੜੇ ਭਾਈ ਦੀ ਮੱਤ ਚੇਤੇ ਆਂਦੀ –
ਜੇ ਤੈਂ ਕੁੜੀ ਫਸਾਣੀ
ਨ ਕਾਹਲਾ ਨਾ ਹੌਲਾ ਵੱਗੀਂ!

ਮੈਂ ਘਾਟ-ਘਾਟ ਦਾ ਪਾਣੀ ਪੀਤਾ
ਮਿੱਟੀ ਛਾਣੀ ਪਾਪੜ ਵੇਲੇ
ਝੰਡੇ ਚੁੱਕ ਕੇ ਨਾਅਰੇ ਲਾਏ।
ਗੱਲ ਈ ਕੋਈ ਨੀਂ
ਦੂਜੀ, ਹੱਦ ਤੀਜੀ ਮਿਲਣੀ ਵਿਚ ਹੀ
ਦਿਲ ਦਾ ਹਾਲ ਬਿਆਨ ਹੈ ਕਰਨਾ।
ਉਹਨੇ ਤਾਂ ਝਟ ਮੰਨ ਜਾਣਾ ਹੈ!
ਉਡੀਕ ਮੇਰੀ ਵਿਚ ਬੈਠੀ
ਐਵੇਂ ਜੂਨ ਗੁਆਈ ਜਾਂਦੀ।

ਰਲ਼ ਕੇ ਦੋਹਵੇਂ
ਫ਼ਾਇਰਪਲੇਸ ਚ ਲੱਕੜਾਂ ਦੀ ਅੱਗ ਬਾਲ਼ਾਂਗੇ
ਘੁੱਟ-ਘੁੱਟ ਕਰਕੇ ਕੌਫ਼ੀ ਪੀਣੀ
ਸੋਹਣੀ ਧੀ ਜਨਮੇਗੀ।

ਧੌਲ਼ਿਆਂ ਦਾ ਕੀ ਕਰਨਾ ਲੇਖਾ
ਉਹ ਜਿਕਣ ਆਖੂ ਓਵੇਂ ਹੀ ਕਰਨਾ।

ਬਸ ਏਨੀ ਕੁ ਹੈ ਇੱਛਿਆ ਰੱਬ ਜੀ
ਜੇ ਪੂਰੀ ਹੋ ਜਾਏ
ਦਾਤਾ ਜੀ ਤੇਰੇ ਦਰ ਕਾਹਦਾ ਘਾਟਾ॥

ਕਊਏ

ਮੱਲ ਬਨੇਰੇ ਬੈਠੇ ਕਊਏ
ਹਿਜਰਾਂ ਕੀਤੇ ਕਾਲ਼ੇ ਕਊਏ

ਠੂੰਗੇ ਮਾਰਨ ਰੋਟੀ ਖੋਂਹਦੇ
ਮਲ਼ ਮਲ਼ ਸਾਬਣ ਨੁਹਉਂਦੇ ਕਊਏ

ਬੰਦੇ ਵਾਂਙੂ ਹਉਂ ਦੇ ਮਾਰੇ
ਬਸ ਅਪਣਾ ਨਾਂ ਲੈਂਦੇ ਕਊਏ

ਕੈਸੇ ਰੱਬ ਨੇ ਜੀਅ ਬਣਾਏ
ਤੇ ਕੀ ਨਾਮ ਧਰਾਇਆ ਕਊਏ

ਨਿਤ ਦੇ ਆਉਂਦੇ ਕਾਹਲੇ ਕ਼ਾਸਿਦ
ਅਗਲੇ ਪਿੰਡ ਵੀ ਜਾਂਦੇ ਕਊਏ

ਅੱਜ ਤਾਈਂ ਨਾ ਕਿਸੇ ਨੇ ਡਿੱਠਾ
ਉਹ ਕੰਮ ਕਿੱਦਾਂ ਕਰਦੇ ਕਊਏ

ਉਮਰਾਂ ਜੇਡੀ ਹੈ ਝੜੀ ਹੈ ਲੱਗੀ
ਭਿੱਜੇ ਮੀਂਹ ਵਿਚ ਬੈਠੇ ਕਊਏ

ਆਪੋ ਅਪਣੀ ਮਾਰ ਉਡਾਰੀ
ਘਰਾਂ ਨੂੰ ਰਲ਼ ਕੇ ਜਾਂਦੇ ਕਊਏ

ਵਕ਼ਤ

ਵਿਚ ਨੀਂਦ ਫ਼ਰਿਸ਼ਤੇ ਮੈਥੋਂ ਵਕ਼ਤ ਨੇ ਪੁੱਛਦੇ
ਮੈਂ ਅੱਖਾਂ ਮਲਦਾਂ ਮੈਨੂੰ ਕੁਝ ਨ ਪਤਾ ਹੈ

ਇਹ ਜੋ ਵੇਲਾ ਜਿਸ ਦੇ ਵਿਚ ਮੈਂ ਹਾਂ
ਇਹ ਤਾਂ ਘੜੀਆਂ ਤੇ ਰੁੱਤਾਂ ਦਾ ਸਮਾਂ ਹੈ

ਵਕ਼ਤ ਹਰਫ਼ਾਂ ਚ ਨਾ ਸਮਾਅ ਸਕਦਾ
ਅਸਲ ਕੀ ਹੈ ਸੁਰ ਸਾ ਨੂੰ ਪਤਾ ਹੈ

ਇਹ ਕਿਸ ਜਿਰਹਾ ਚ ਪਾਯਾ ਹੈ ਖ਼ੁਦਾਯਾ
ਮੈਂ ਕੁਛ ਵੀ ਨ ਜਾਣਾ ਕੀ ਕਯਾ ਹੈ

ਧਰਮਰਾਜੇ ਦੀ ਕਚਹਿਰੀ ਏਸੇ ਦੁਨੀਆ ਵਿਚ ਲੱਗੀ
ਸੁਪਨੇ ਦੇਖਣ ਦੀ ਸੁਣਾਈ ਓਸੇ ਨੇ ਸਜ਼ਾ ਹੈ

ਪੰਜ ਮਿੰਟ ਦੀ ਫ਼ਿਲਮ ਦੀ ਕਹਾਣੀ

ਦੈਨਯੂਬ ਨਦੀ ਦੇ ਗੱਭੇ ਬੇੜੀ ਵਿਚ ਬੁੱਤ ਬਣ ਬੈਠੇ
ਮਾਛੀ ਬੁੱਢੜੀ ਤੇ ਬੱਚਾ
ਸੋਚੀ ਜਾਂਦੇ ਉਸ ਇੱਕੋ ਮੱਛੀ ਬਾਰੇ
ਜੋ ਜਾਲ਼ ਵਿਚ ਆ ਕੇ ਫਸਣੀ

ਮਾਛੀ ਅੱਭੜਵਾਹੇ ਵਾਜਾਂ ਕਢਦਾ
ਮੱਛੀ ਸੱਦਣ ਖ਼ਾਤਿਰ –
ਬੱਅ... ਬੱਅ...

ਪਰ ਮੱਛੀ ਨਹੀਂ ਫਸਦੀ

ਜਣੇ ਹਾਰ ਕੇ ਘਰ ਨੂੰ ਤੁਰ ਜਾਂਦੇ ਹਨ

ਨੋਟ: ਇਸ ਫ਼ਿਲਮ ਚ ਕੋਈ ਸੰਗੀਤ ਨਹੀਂ, ਕਿਉਂਕਿ ਇਹ ਸਭ ਕੁਝ ਵਾਪਰਨ ਵੇਲੇ
ਸੰਗੀਤ ਨਹੀਂ ਸੀ ਵਜ ਰਿਹਾ. ਇਹ ਫ਼ਿਲਮ ਸੀਪੀਆ (ਲਾਲ-ਭੂਰੇ) ਰੰਗ ਚ ਬਣਨੀ
ਚਾਹੀਦੀ ਹੈ. ਇਹ ਕੌਤਕ ਮੈਂ ਹੰਗਰੀ ਦੇਸ ਨੇ ਦੇਖਿਆ ਸੀ.

ਟਟਹਿਣੇ

ਬਾਹਰ ਪੈਰਾਂ ਤੇ ਪਹੀਆਂ ਨਾਲ ਉੱਡੀ ਧੂੜ ਸੌਂ ਚੁੱਕੀ ਹੈ
ਆਓ ਟਟਹਿਣੇ ਫੜ ਕੇ ਲਿਆਈਏ
ਅੰਦਰ ਮੇਜ਼ ਦੇ ਉੱਤੇ ਸ਼ੀਸ਼ੇ ਦੀ ਗੜਵੀ ਵਿਚ ਰਖ ਕੇ
ਵਿਗਿਆਨਕ ਵਿਸ਼ਲੇਸ਼ਣ ਕਰੀਏ

ਇਹ ਟਟਹਿਣੇ ਨ੍ਹੇਰੇ ਦੇ ਵਿਚ
ਕਾਲ਼ੇ ਧਾਗੇ ਨਾਲ ਕੀ ਬੁਣਦੇ ਰਹਿੰਦੇ
ਲੁਕਣਮੀਚੀ ਜਾਂ ਇਕ ਦੂਜੇ ਤੋਂ ਡਰਦੇ ਭੱਜਨ
ਇਨ੍ਹਾਂ ਟਟਹਿਣਿਆਂ ਦਾ ਸੂਰਜ ਨਾਲ ਕੀ ਰਿਸ਼ਤਾ ਹੈ
ਕੀ ਇਹ ਹਵਾ ਨੂੰ ਪਾਣੀ ਸਮਝਨ
ਤੇ ਅਪਨੇ ਆਪ ਨੂੰ ਮੱਛੀਆਂ
ਮਾਦਾ ਜਦ ਨਰ ਨੂੰ ਚੁੰਮਦੀ
ਤਾਂ ਕਿਹੜੀਆਂ ਸੁਰਾਂ ਜਗਦੀਆਂ
ਇਹ ਪਟਬੀਜਨੇ ਕਿੱਥੋਂ ਆ ਕੇ ਨ੍ਹੇਰੇ ਦੀ ਮਿੱਟੀ ਵਿਚ ਡਿਗਦੇ
ਸੁਬਹ ਨੂੰ ਜਿਸਦੀ ਫ਼ਸਲ ਝੁਮਦੀ
ਕਿਉਂ ਨਾ ਸਮਝਨ ਇਹ ਸਾਡੀ ਬੋਲੀ
ਇਨ੍ਹਾਂ ਦੀ ਬੋਲੀ ਵਿਚ ਪਿਆਰ ਨੂੰ ਕੀ ਕਹਿੰਦੇ ਹਨ
ਕੀ ਕਹਿੰਦੇ ਹਨ ਨ੍ਹੇਰੇ ਵਿਚ ਜਗਦੀ ਬੁਝਦੀ ਸ਼ੈਅ ਨੂੰ

ਰਿਹਾਈ ਵੇਲੇ ਕੈਦੀ

ਖੁੱਲ੍ਹਦਾ ਹੈ ਜੇਲ ਦਾ ਗੇਟ

ਇਕ ਪੈਰ ਜ਼ਮੀਨ 'ਤੇ ਕੈਦ ਵਿਚ
ਦੂਜਾ ਚੁੱਕਦਾ ਹੈ ਕੈਦੀ ਖਿਲਾਅ ਵਲ
ਵਧਦਾ ਹੈ ਅਗਾਂਹ
ਜਿਵੇਂ ਤ੍ਰਿਸ਼ਨਾ ਮਿਰਗ ਵਲ ਵਧੇ
ਜਿਵੇਂ ਅਚਾਨਕ ਸੱਚੀਮੁੱਚੀ ਦੇ ਪਾਣੀ ਦਾ ਚਸ਼ਮਾ ਫੁਟ ਨਿਕਲੇ

ਕੈਦੀ ਧੁੱਪ ਨਾਲ਼ ਹੱਥ ਮਿਲਾਉਂਦਾ ਹੈ
ਧੁੱਪ ਨਾਲ਼ ਜੱਫੀ ਪਾਉਂਦਾ ਹੈ
ਦੋਹਵਾਂ ਦੀਆਂ ਅੱਖਾਂ ਭਰ ਆਉਂਦੀਆਂ ਹਨ
ਉਸਨੂੰ ਪਹਿਲੀ ਵਾਰ ਪਤਾ ਲੱਗਦਾ ਹੈ ਕਿ
ਆਜ਼ਾਦੀ
ਪੈਰ ਪਾਣੀ ਤੇ ਜ਼ਮੀਨ ਜਿੰਨੀ ਠੋਸ ਹੈ

ਤੇ ਉਹ ਪਾਣੀ 'ਤੇ ਤੁਰਨ ਲਗਦਾ ਹੈ

ਫੁਲਸਟੌਪ

ਕੋਟ ਨਛੱਤਰ ਗਾਹ ਕੇ ਮੈਂ ਉਸ ਉੱਤੋਂ ਲੱਥਾ
ਉਸ ਅਪਣਾ ਸਿਰ ਮੇਰੀ ਛਾਤੀ 'ਪਰ ਰੱਖਾ
ਮੈਂ ਆਖਿਓ ਸੁ: ਜਾਨ ਪਿਆਰੀਏ ਕੁੜੀਏ
ਆਪਾਂ ਦੋਹਵੇਂ ਰਲ ਕੇ ਇਕ ਕੰਮ ਕਰੀਏ
ਕਿਤਾਬਾਂ ਵਿੱਚੋਂ ਫੁਲਸਟੌਪ ਕਢ ਧਰੀਏ
ਹਯਾਤੀ ਫੁਲਸਟੌਪ ਨਾ ਜਾਣੇ
ਸਮੇਂ ਦੀ ਨਦੀਆ ਵਾਂਗੂੰ ਇਹ ਹਰ ਦਮ ਵੱਗੇ
ਬੋਲੀ ਹੀ ਹੈ ਰਿਸ਼ਤਾ ਨਾਤਾ
ਇਸ ਵਿਚ ਆਪਾਂ ਦੋਹਵੇਂ ਵਗਦੇ ਰਹੀਏ
ਤੇਰੀ ਮੇਰੀ ਗਾਥਾ ਦੇ ਵਿਚ ਹਰ ਬੋਲ ਹਰ ਹੁੰਗਾਰਾ
ਜੋ ਬੁੱਲ੍ਹਾਂ 'ਤੇ ਮਸਾਂ-ਮਸਾਂ ਹੈ ਆਉਂਦਾ
ਉਹ ਕਾਗਜ਼ 'ਤੇ ਕਿੰਜ ਲੱਥੇ

ਹੌਲੀ ਫੁੱਲ ਉਹ ਕਾਇਆ ਚੁੰਮ ਕੇ ਬੋਲੀ:
ਮੇਰਿਆ ਸੱਜਣਾ, ਕਿਹੜੀਆਂ ਸੋਚਾਂ ਵਿਚ ਤੂੰ ਡੁੱਬਾ
ਫੁਲਸਟੌਪ ਤਾਂ ਹੁੰਦਾ ਨਹੀਂ ਹੈ
ਫੁਲਸਟੌਪ ਖ਼ਿਆਲੀ ਹੈ

ਆਓ ਸੁਭਾਗੀ ਨੀਦੜੀਏ

ਖ਼ਿਆਲ ਹਮਾਰੇ ਸੁਪਨੇ ਦੇ ਪਰਛਾਵੇਂ
ਮਨ ਦੀ ਧਰਤੀ ਉੱਤੇ ਪੈਂਦੇ
ਪਰਛਾਵੇਂ ਹਨ ਖੰਭ ਸ਼ੈਆਂ ਦੇ
ਸ਼ੈਆਂ ਪੰਖ ਲਗਾ ਕੇ ਉਡਣ
ਲਭਣ ਆਲੂਣੇ ਵਿਚ ਅਸਮਾਨੀਂ
ਜਿਨ੍ਹਾਂ ਦਾ ਸੁਪਨੇ ਜਿੱਡਾ ਮੇਚਾ ਨੀਂਦ-ਕਲਾਵੇ ਜਿੱਡਾ
ਆਓ ਸੁਭਾਗੀ ਨੀਦੜੀਏ ਮਤ ਸਹੁ ਦੇਖਾ ਸੋਇ।

ਇਸ ਜਾਗਣ ਵਿਚ ਸੁੱਖ ਨਾ ਮਿਲਿਆ
ਹੱਸ ਕੇ ਨੱਚ ਕੇ ਤਾੜੀ ਮਾਰ ਭੁਲਾਇਆ ਦੁੱਖ ਨੂੰ
ਜੀਣ ਦਾ ਕੁਝ ਤਰਲਾ ਕੀਤਾ
ਜਲ ਥਲ ਗਾਹਿਆ ਸ਼ਹੁ ਕਿਤੇ ਨਜ਼ਰ ਨਾ ਆਇਆ
ਉਡ ਉਡ ਹਾਰ ਗਏ ਪਰਛਾਵੇਂ
ਜਗ ਢੂੰਡ ਢੂੰਡ ਹਉਂ ਥੱਕਾ
ਆਓ ਸੁਭਾਗੀ ਨੀਦੜੀਏ ਮਤ ਸਹੁ ਦੇਖਾ ਸੋਇ॥

ਬਾਬਾ ਹਰਨਾਮ ਸਿੰਘ ਟੁੰਡੀਲਾਟ
ਦਾ ਯੁਗਾਂਤਰ ਆਸ਼ਰਮ ਸਾਨ ਫ਼੍ਰੈਂਸਿਸਕੋ ਚ ਪਿਆ
ਲੱਕੜ ਦਾ ਹੱਥ

ਬਾਬਾ
ਮੈਂ ਅਪਣਾ ਹੱਥ ਤੇਰੇ ਹੱਥ ਨਾਲ ਕਿਵੇਂ ਮਿਲਾਵਾਂ
ਮੈਨੂੰ ਅੱਖਾਂ ਨਾਲ ਅਪਣਾ ਹੱਥ ਚੁੰਮਣ ਦੇ।

ਤੇਰਾ ਹੱਥ ਸ਼ੀਸ਼ੇ ਚ ਮੜ੍ਹਿਆ
ਹਜ਼ਾਰਾਂ ਮੀਲ ਦੂਰ ਸਮੁੰਦਰਾਂ ਪਾਰ
5 ਵੁਡ ਸਟ੍ਰੀਟ ਸਾਨ ਫ਼੍ਰੈਂਸਿਸਕੋ ਚ
ਉਸ ਮੁਲਕ ਦੇ ਸਾਹਿਲ 'ਤੇ ਪਿਆ ਹੈ
ਜਿਥੇ ਆਜ਼ਾਦੀ ਦੀ ਦੇਵੀ ਦਾ ਹੱਥ
ਤੇਰੇ ਵਾਂਗ
ਆਕਾਸ਼ ਨੂੰ   ਆਜ਼ਾਦੀ ਨੂੰ   ਸੂਰਜ ਨੂੰ
ਪੰਜ ਤੱਤਾਂ ਨੂੰ ਮੁਖ਼ਾਤਿਬ ਹੈ

ਵਰ੍ਹਿਆਂ ਪਹਿਲਾਂ
ਜਿਵੇਂ ਤੂੰ ਅਪਣੇ ਹੱਥ ਨੂੰ ਅਲਵਿਦਾ ਆਖੀ ਸੀ
ਇਸ ਹੱਥ ਨੇ ਵੀ 1964 ਚ ਤੈਨੂੰ ਅਲਵਿਦਾ ਆਖੀ
ਜਿਵੇਂ ਕੋਈ ਫੁੱਲ ਇਕ ਦਿਨ ਅਪਣੀਆਂ ਜੜ੍ਹਾਂ ਤੋਂ
ਅਪਣੇ ਆਪ ਨਾਲ਼ੋਂ ਜੁਦਾ ਹੋ ਜਾਂਦਾ ਹੈ

ਇਹਦੀਆਂ ਹਮੇਸ਼ਾ ਖੁੱਲੀਆਂ ਰਹਿੰਦੀਆਂ ਉਂਗਲ਼ਾਂ ਚੋਂ
ਕੋਈ ਫੁੱਲ ਡਿਗ ਪਿਆ ਸੀ
ਕੋਈ ਪਲ ਖੁੰਝ ਗਿਆ ਸੀ
ਇਹ ਹੱਥ ਹਾਲੇ ਵੀ ਉਸ ਡਿੱਗੇ ਹੋਏ ਫੁੱਲ ਨੂੰ
ਉਸ ਖੁੰਝੇ ਹੋਏ ਪਲ ਨੂੰ ਪਕੜਨ ਲਈ ਖੁੱਲ੍ਹਾ ਹੋਇਆ ਹੈ
ਇਹ ਹੱਥ ਓਦੋਂ ਤਕ ਖੁੱਲ੍ਹਾ ਰਹਿਣਾ ਹੈ
ਜਦ ਤਕ ਵਕਤ ਫੁੱਲ ਬਣ ਕੇ ਖਿੜਦਾ ਰਹੇਗਾ
ਜਦ ਤਕ ਵਕਤ ਫੁੱਲ ਵਾਂਙ ਝੜਦਾ ਰਹੇਗਾ
ਜਦ ਤਕ ਵਕਤ ਸੁਗੰਧ ਬਣ ਕੇ ਤਿੰਨ ਲੋਕ ਚ ਸਮਾਉਂਦਾ ਰਹੇਗਾ

ਇਹ ਬਾਂਹ ਸੱਚਮੁੱਚ ਤੇਰੀ ਸੱਜੀ ਬਾਂਹ ਸੀ
ਇਹ ਸੱਚਮੁੱਚ ਸਾਡੀ ਸੱਜੀ ਬਾਂਹ ਸੀ
ਇਹ ਲੋਕਾਂ ਦੀ ਸੱਜੀ ਬਾਂਹ ਸੀ
ਇਹ ਸਾਡੇ ਇਤਿਹਾਸ ਦੀ ਸੱਜੀ ਬਾਂਹ ਸੀ

ਜਦ ਇਨਸਾਨ ਨਿਹੱਥਾ ਹੋਵੇ
ਤਾਂ ਕੋਈ ਤਲਵਾਰ ਕੋਈ ਬੰਦੂਕ
ਇਨਸਾਨ ਦਾ ਹੱਥ ਬਣ ਜਾਂਦੀ ਹੈ
ਵਧੀ ਹੋਈ ਭੁਜਾ

ਤੇਰੀ ਇਹ ਬਾਂਹ ਤੇਰਾ ਇਹ ਹੱਥ
ਤੇਰਾ ਹਥਿਆਰ ਸੀ
ਮੌਤ ਨੂੰ ਮਾਰਨ ਦਾ ਹਥਿਆਰ
ਪਿਆਰ ਦਾ ਦੋਸਤੀ ਦਾ ਵਧਿਆ ਹੋਇਆ ਹੱਥ

ਜਿਵੇਂ ਧੁੱਪ ਛਾਂ ਵਲ ਵਧਦੀ ਹੈ
ਜਿਵੇਂ ਪਾਣੀ ਮਿੱਟੀ ਵਲ ਵਧਦਾ ਹੈ
ਜਿਵੇਂ ਹੱਥ ਸਿਰ ਵਲ ਵਧਦਾ ਹੈ

ਬਾਬਾ

ਤੂੰ ਸਾਡੇ ਸਿਰ 'ਤੇ ਹੱਥ ਰਖ
ਤੇ ਸਾਨੂੰ ਉਂਗਲ਼ ਲਾ ਕੇ ਤਵਾਰੀਖ਼ ਦੇ ਰਸਤੇ 'ਤੇ ਪਾ ਦੇ

ਬਾਬਾ

ਕਦੇ ਤੇਰੇ ਇਸ ਹੱਥ ਨੇ ਦਸਤਾਨੇ ਬਗ਼ੈਰ
ਦੂਸਰੇ ਹੱਥ ਨਾਲ਼ ਗੱਲਾਂ ਕੀਤੀਆਂ ਸਨ?
ਜਿਵੇਂ ਜੌੜੇ ਭਰਾ ਗੱਲਾਂ ਕਰਦੇ ਹਨ
ਜਿਵੇਂ ਦੋ ਕਾਮਰੇਡ ਗੱਲਾਂ ਕਰਦੇ ਹਨ
ਜਿਵੇਂ ਹੰਸਾਂ ਦੀ ਜੋੜੀ ਗੱਲਾਂ ਕਰਦੀ ਹੈ

ਬਾਬਾ ਕਦੇ ਤੇਰੇ ਦੂਸਰੇ ਹੱਥ ਨੇ
ਇਸ ਹੱਥ ਨੂੰ ਲਡਿਆਇਆ ਸੀ?
ਜਿਵੇਂ ਪਿਉ ਤੇ ਪੁੱਤ ਲਾਡ ਕਰਦੇ ਹਨ
ਜਿਵੇਂ ਬੱਚਾ ਰੂੰ ਦੇ ਖ਼ਰਗੋਸ਼ ਨਾਲ਼ ਖੇਡਦਾ ਹੈ
ਜਿਵੇਂ ਦੁੱਧ ਚੁੰਘਾਉਂਦੀ ਮਾਂ ਬੱਚੇ ਦੇ ਸਿਰ 'ਤੇ ਹੱਥ ਫੇਰਦੀ ਹੈ

ਬਾਬਾ

ਤੇਰਾ ਇਹ ਹੱਥ ਤੈਨੂੰ ਯਾਦ ਕਰ-ਕਰ ਝੁਰਦਾ ਹੈ
ਜਿਵੇਂ ਕਦੇ ਕਦੇ
ਤੂੰ ਅਪਣੇ ਹੱਥ ਨੂੰ ਯਾਦ ਕਰਕੇ ਝੁਰਦਾ ਹੋਵੇਂਗਾ

ਬਾਬਾ

ਯਕਜਹਿਤੀ ਦੇ ਬੰਬ ਨਾਲ਼
ਅਸੀਂ ਸਾਮਰਾਜ ਨੂੰ ਮਾਰਨਾ ਸੀ
ਪਰ ਇਹ ਬੰਬ ਸਾਡੇ ਹੱਥਾਂ ਚ ਹੀ ਚਲ ਗਿਆ ਸੰਨ ਸੰਤਾਲੀ ਚ
ਸਾਡੀ ਸੱਜੀ ਬਾਂਹ ਉੜ ਗਈ

ਜਿਨ੍ਹਾਂ ਪੰਜਾਂ ਉਂਗਲਾਂ ਨੇ ਸਰਮਾਏ ਦਾ ਪਹਾੜ ਰੋਕਣਾ ਸੀ
ਉਹ ਹੱਥ ਉੜ ਗਿਆ ਉਂਗਲਾਂ ਜੁਦਾ ਹੋ ਗਈਆਂ
ਜਿਵੇਂ ਲਹੂ ਮਾਸ ਨਾਲ਼ੋਂ ਜੁਦਾ ਹੁੰਦਾ ਹੈ
ਜਿਵੇਂ ਰੂਹ ਜਿਸਮ ਨਾਲ਼ੋਂ ਜੁਦੀ ਹੁੰਦੀ ਹੈ

ਬਾਬਾ

ਸਾਨੂੰ ਤਾਂ ਹੁਣ ਦੂਜੇ ਹੱਥ ਦਾ ਫ਼ਿਕਰ ਹੈ
ਜੱਲਾਦ ਸਾਡੀ ਦੂਜੀ ਬਾਂਹ ਵੀ ਵੱਢਣੀ ਚਾਹੁੰਦੇ ਨੇ
ਇਹ ਜੱਲਾਦ ਸਾਡੇ ਰਹਿੰਦੇ ਅੰਗ ਕਟ ਕੇ

ਸਾਨੂੰ ਗ਼ੁਲਾਮੀ ਦੇ ਖੂਹ ਚ ਸੁੱਟਣਾ ਚਾਹੁੰਦੇ ਨੇ

ਇਨ੍ਹਾਂ ਦੇ ਲਹੂ ਦਾ ਰੰਗ ਪੀਲ਼ਾ ਹੋ ਗਿਆ ਹੈ
ਇਨ੍ਹਾਂ ਦੀਆਂ ਅੱਖਾਂ ਚ ਯਰਕਾਨ ਉਤਰ ਆਇਆ ਹੈ
ਅੱਜ ਮੌਤ ਖੱਟੇ ਰੰਗ ਦਾ ਲਿਬਾਸ ਪਹਿਨੀ
ਸਾਡੇ ਵਿਹੜੇ ਚ ਗਤਕਾ ਖੇਡ ਰਹੀ ਹੈ
ਤੇ ਇਹ ਪੀਲ਼ੀਆਂ ਅੱਖਾਂ ਤੇ ਪੀਲੇ ਦੰਦਾਂ ਵਾਲ਼ੇ ਦਰਿੰਦੇ
ਹਿੜ-ਹਿੜ ਹੱਸੀ ਜਾਂਦੇ ਹਨ

ਬਾਬਾ
ਅੱਜ ਸਾਨੂੰ ਤੇਰੀ ਬਾਂਹ ਲੋੜੀਦੀ ਹੈ
ਸਾਨੂੰ ਅੱਜ ਅਪਣੀਆਂ ਬਾਹਵਾਂ ਲੋੜੀਦੀਆਂ ਨੇ
ਅਸੀਂ ਤੇਰੀ ਇਹ ਬਾਂਹ ਮੁੜ ਪਕੜਨੀ ਚਾਹੁੰਦੇ ਹਾਂ
ਤੋੜ ਤਕ ਨਿਭਾਉਣ ਲਈ

ਅਸੀਂ ਤੇਰੀ ਇਹ ਬਾਂਹ
ਹਵਾ ਚ ਝੰਡੇ ਵਾਂਙ ਲਹਿਰਾਉਣਾ ਚਾਹੁੰਦੇ ਹਾਂ
ਖੜਗ ਵਾਂਙ ਵਾਹੁਣਾ ਚਾਹੁੰਦੇ ਹਾਂ
ਨਾਅਰੇ ਵਾਂਙ ਬੁਲੰਦ ਕਰਨੀ ਚਾਹੁੰਦੇ ਹਾਂ
ਅਸੀਂ ਤੇਰੀ ਬਾਂਹ ਡਿੱਗਣ ਨਹੀਂ ਦਿਆਂਗੇ
ਅਸੀਂ ਤੇਰੀ ਬਾਂਹ ਨਾਲ਼ ਬੁਰੇ ਦੇ ਘਰ ਤਕ ਜਾਵਾਂਗੇ
ਅਸੀਂ ਤੇਰੀ ਬਾਂਹ ਨਾਲ਼ ਮੌਤ ਦਾ ਕਾਲ਼ਜਾ ਚੀਰ ਸੁੱਟਾਂਗੇ
ਜੋ ਸਾਡੇ ਵਿਹੜੇ ਚ ਅੱਜ ਗਤਕਾ ਖੇਡ ਰਹੀ ਹੈ।

12 ਜਨਵਰੀ 1988
ਮੈਕਫਾਰਲੈਂਡ, ਕੈਲਿਫ਼ੋਰਨੀਆ

ਪੰਜਾਬ ਦੇ ਕਾਤਿਲਾਂ ਨੂੰ

ਤੁਸੀਂ ਤਵਾਰੀਖ਼ ਦੇ ਕੈਦੀ ਹੋ
ਅਸੀਂ ਤੁਹਾਨੂੰ ਕੁਝ ਨਹੀਂ ਕਹਾਂਗੇ
ਅਸੀਂ ਤੁਹਾਨੂੰ ਛੱਡ ਦਿਆਂਗੇ
ਅਪਣੀਆਂ ਚੁਰਾਸੀ ਲੱਖ ਮੌਤਾਂ ਮਰਨ ਲਈ
ਪਛਤਾਵੇ ਦੇ ਕੀੜੇ ਪੈ ਕੇ ਸੜਨ ਲਈ
ਅਸੀਂ ਇੰਜ ਬਦਲਾ ਲਵਾਂਗੇ ਤੁਹਾਡੇ ਕੋਲੋਂ

ਅਸੀਂ ਭੁਲਾ ਦਿਆਂਗੇ –
   ਨਾਮ ਭਿੰਡਰਾਂਵਾਲ਼ਾ
   ਨਾਮ ਇੰਦਰਾ ਗਾਂਧੀ
   ਨਾਮ ਜ਼ੈਲ ਸਿੰਘ
   ਨਾਮ ਜ਼ਿਆ-ਉਲ-ਹਕ਼
ਮੁੜ ਕੋਈ ਅਪਣੇ ਬੱਚਿਆਂ ਦੇ ਨਾਮ ਇਨ੍ਹਾਂ ਦੇ ਨਾਮ 'ਤੇ ਨਹੀਂ ਰੱਖੇਗਾ
ਲੋਕ ਇੰਜ ਬਦਲਾ ਲੈਣਗੇ ਤੁਹਾਡੇ ਕੋਲੋਂ

ਅਸੀਂ ਆਖਾਂਗੇ: ਰਿਜ਼ਕ
ਅਸੀਂ ਆਖਾਂਗੇ: ਮੁਹੱਬਤ
ਅਸੀਂ ਆਖਾਂਗੇ: ਜੱਦੋਜਹਦ
ਅਸੀਂ ਆਖਾਂਗੇ: ਇਨਸਾਨ

ਅਸੀਂ ਪੰਜਾਬੀ ਬੋਲੀ ਨੂੰ ਨਵੇਂ ਸਿਰਿਓਂ ਸਿਰਜਾਂਗੇ
ਮਾਅਨਿਆਂ ਦੇ ਨਵੇਂ ਲਫ਼ਜ਼ ਬਣਾਵਾਂਗੇ
ਅਸੀਂ ਇੰਜ ਬਦਲਾ ਲਵਾਂਗੇ ਤੁਹਾਡੇ ਕੋਲੋਂ

ਅਸੀਂ ਭਗਤ ਸਿੰਘ ਵਰਗਾ ਟੋਪ ਪਾ ਕੇ
ਚੰਦਰ ਸ਼ੇਖਰ ਆਜ਼ਾਦ ਵਾਂਙ ਮੁੱਛਾਂ ਨੂੰ ਤਾਅ ਦਿਆਂਗੇ
ਤੁਹਾਡੇ ਸਾਹਮਣੇ ਖੜ੍ਹੇ ਕੇ
ਰਾਮਪ੍ਰਸਾਦ ਬਿਸਮਿਲ ਦੇ ਸ਼ਿਅਰ ਪੜ੍ਹਾਂਗੇ
ਅਸੀਂ ਇੰਜ ਬਦਲਾ ਲਵਾਂਗੇ ਤੁਹਾਡੇ ਕੋਲੋਂ

ਅਸੀਂ ਸਭ ਤੋਂ ਸੁਹਣੇ ਲੀੜੇ ਪਾ ਕੇ
ਮੋਢਿਆਂ 'ਤੇ ਬੱਚੇ ਚਾਈਂ ਸੰਗ ਬਣਾ ਕੇ ਮੇਲੇ ਜਾਵਾਂਗੇ
ਅਸੀਂ ਰਲ਼ ਕੇ ਇਸ਼ਕ ਦਾ ਤ੍ਰਿੰਝਣਾ ਤਾਲ ਛੋਹਾਂਗੇ
ਮੋਹਨ ਸਿੰਘ ਤੇ ਬੁੱਲ੍ਹੇ ਸ਼ਾਹ ਨੂੰ ਯਾਦ ਕਰ ਕਰ

ਬੱਈਆ-ਬੱਈਆ ਨੱਚਾਂਗੇ
ਧਰਤੀ ਨਾੜ ਕੰਨ ਲਾ ਕੇ
ਅਸੀਂ ਸ਼ਾਹ ਹੁਸੈਨ ਤੇ ਦਾਮਨ ਨੂੰ ਗੱਲਾਂ ਕਰਦਿਆਂ ਸੁਣਾਂਗੇ
ਅਸੀਂ ਬੜੇ ਗ਼ੁਲਾਮ ਅਲੀ ਦੇ ਮੂੰਹੋਂ ਗੁਰੂ ਅਰਜਨ ਦਾ ਸ਼ਬਦ
ਸੁੱਬਾਲਕਸ਼ਮੀ ਦੇ ਮੂੰਹੋਂ ਨਾਨਕ ਦੀ ਬਾਣੀ
ਸਮੁੰਦ ਸਿੰਘ ਦੇ ਮੂੰਹੋਂ ਫ਼ਰੀਦ ਦੇ ਬੋਲ ਸੁਣਾਂਗੇ
ਅਸੀਂ ਫ਼ੈਜ਼ ਦੇ ਤਰਾਨੇ ਗਾਵਾਂਗੇ
ਅਸੀਂ ਇੰਜ ਬਦਲਾ ਲਵਾਂਗੇ ਤੁਹਾਡੇ ਕੋੜੋਂ

ਤੁਸੀਂ ਦੁੱਧਾਂ ਪੁੱਤਾਂ ਰੁੱਖਾਂ ਦੇ ਵੈਰੀ
ਡਾਲਰ ਦੇ ਤੁਖ਼ਮ ਇਕੱਲੇ ਨਹੀਂ ਹੋ
ਤੁਸੀਂ ਪਾਕਿਸਤਾਨ ਚ ਵੀ ਹੋ
ਇਜ਼ਰਾਈਲ ਫ਼ਲਸਤੀਨ ਈਰਾਨ ਚ ਵੀ
ਚਿੱਲੀ ਅੰਗੋਲਾ ਮੋਜ਼ੰਬੀਕ ਵਿਚ ਵੀ।

ਇਕੱਲੇ ਅਸੀਂ ਵੀ ਨਹੀਂ ਹਾਂ
ਅਸਾਡੀਆਂ ਬਾਹਵਾਂ ਬੜੀਆਂ ਲੰਮੀਆਂ ਹਨ
ਅਸਾਡੀਆਂ ਬਾਹਵਾਂ ਨੇ ਧਰਤ ਗਲਵਕੜੀ ਹੋਈ ਹੈ

ਸੰਨ 2001 ਦਾ ਸੂਰਜ ਸਾਥੋਂ ਪੁੱਛ ਕੇ ਚੜ੍ਹੇਗਾ
ਤਾਂ ਤੁਸੀਂ ਨਮੋਸ਼ੀ ਨਾੜ ਉਂਜ ਹੀ ਮਰ ਚੁੱਕੇ ਹੋਵੋਗੇ
ਅਸੀਂ ਇੰਜ ਬਦਲਾ ਲਵਾਂਗੇ ਤੁਹਾਡੇ ਕੋੜੋਂ

ਅਸੀਂ ਅਪਣੇ ਮੋਇਆਂ ਦੀ ਯਾਦ ਵਿਚ ਸ਼ਮ੍ਹਾ ਜਗਦੀ ਰਖਾਂਗੇ
ਲੋਅ ਹੋਰ ਉੱਚੀ ਕਰਾਂਗੇ

ਅਸੀਂ ਦਿਲ ਨਹੀਂ ਛੱਡਾਂਗੇ
ਅਸੀਂ ਕਰੀਰ ਹੋ ਜਾਵਾਂਗੇ
ਅਸੀਂ ਹਰ ਦਿਨ ਨੂੰ ਜ਼ਿੰਦਗੀ ਦੀ ਸਾਲ-ਗਿਰਹਾ ਬਣਾਵਾਂਗੇ

ਅਸੀਂ ਹੋਵਾਂਗੇ
ਪਰ ਤੁਸੀਂ ਨਹੀਂ ਹੋਵੋਗੇ
ਅਸੀਂ ਤੁਹਾਡੀਆਂ ਚੀਨੀ ਬੰਦੂਕਾਂ ਦੇ ਮੂੰਹ ਕੜਾਹ ਨਾੜ ਬੰਦ ਕਰ ਦਿਆਂਗੇ
ਅਸੀਂ ਇੰਜ ਬਦਲਾ ਲਵਾਂਗੇ ਤੁਹਾਡੇ ਕੋੜੋਂ॥

ਲੰਦਨ, ਮਾਰਚ 1988

ਉਹ ਜੋ ਹੁੰਦੇ ਸਨ

ਚਲੋ, ਜੋ ਹੋਇਆ ਸੋ ਹੋਇਆ
ਉਹ ਹੁੰਦੇ ਸਨ

ਹੁਣ ਉਨ੍ਹਾਂ ਦੀ ਕੀ ਗੱਲ ਕਰਨੀ ਹੈ
ਉਨ੍ਹਾਂ ਦੇ ਨਾਂ ਅਰਦਾਸ ਵਿਚ ਨਹੀਂ ਆਏ
ਗੁਰੂ ਜੀ ਨੇ ਉਨ੍ਹਾਂ ਦਾ ਦਿੱਤਾ ਬੇਦਾਵਾ ਨਹੀਂ ਪਾੜਨਾ
ਉਨ੍ਹਾਂ ਨੂੰ ਕਿਸੇ ਯਾਦ ਨਹੀਂ ਕਰਨਾ
ਪਰ ਭੁਲਾਇਆ ਵੀ ਨਹੀਂ

ਉਨ੍ਹਾਂ ਦੀ ਯਾਦ ਆਉਂਦੀ ਹੈ ਜ਼ਰੂਰ
ਜਿਵੇਂ ਉਂਗਲਾਂ ਅਚਾਨਕ ਬੇਜਾਨ ਸ਼ੈਅ ਨੂੰ ਛੁਹ ਜਾਵਣ
ਬੁੱਲ੍ਹ ਹਿਲਣ ਪਰ ਆਵਾਜ਼ ਨਾ ਆਵੇ

ਉਨ੍ਹਾਂ ਦੀ ਯਾਦ ਆਉਂਦੀ ਹੈ
ਜਿਵੇਂ ਕੋਈ ਸਾਲਾਂ ਬਾਅਦ ਰਾਹ ਚ ਟੱਕਰੇ
                ਤੇ ਨਜ਼ਰਾਂ ਚੁਰਾ ਕੇ ਲੰਘ ਜਾਏ

ਉਹ ਰਹਿਣਗੇ ਸਦਾ ਸਾਡੇ ਚੇਤਿਆਂ ਵਿਚ
ਜਿਵੇਂ ਨਮੋਸ਼ੀ ਬੰਦੇ ਦੀ ਛਾਂ ਬਣ ਜਾਂਦੀ ਹੈ
ਜਿਵੇਂ ਦੁੱਖ ਹੌਲੀ-ਹੌਲੀ ਖ਼ਿਆਲ ਬਣਦਾ ਹੈ
ਜਿਵੇਂ ਖ਼ਾਨਦਾਨ ਦੀ ਪੱਗ ਰੋਲਣ ਵਾਲ਼ੇ ਪਲੇਠੀ ਦੇ ਪੁੱਤ ਨੂੰ
ਪਿਓ ਯਾਦ ਕਰਦਾ ਹੈ
ਤੇ ਅੰਦਰ ਵੜ ਕੇ ਰੋਣ ਲਗਦਾ ਹੈ

ਵੱਗਿਆ ਲਹੂ ਕਦੇ ਅਜਾਈਂ ਨਹੀਂ ਜਾਂਦਾ
ਉਹ ਜੋ ਹੁੰਦੇ ਸਨ
ਉਨ੍ਹਾਂ ਦਾ ਲਹੂ ਪੁਕਾਰਦਾ ਹੈ –
ਪਾਪ ਹੈ ਮਾਸੂਮਾਂ ਗਿੱਧਿਆਂ ਗੀਤਾਂ ਨੂੰ ਕਤਲ ਕਰਨਾ
ਪਾਪ ਹੈ ਹਿੰਦ ਦੀ ਚਾਦਰ ਨੂੰ ਲੀਰੋ-ਲੀਰ ਕਰਨਾ
ਪਾਪ ਹੈ ਪਲੀਤ ਲਫ਼ਜ਼ਾਂ ਨਾਲ ਮਾਂ-ਬੋਲੀ ਦੀ ਇੱਜ਼ਤ ਲੁੱਟਣੀ ਪਾਪ ਹੈ

ਉਨ੍ਹਾਂ ਦੀਆਂ ਅੱਖਾਂ ਸਾਡੀ ਵਲ ਦੇਖ ਰਹੀਆਂ ਹਨ
ਇਨ੍ਹਾਂ ਅੱਖਾਂ ਵਿਚ ਪਸ਼ਚਾਤਾਪ ਦੀ ਲਿਸ਼ਕ ਹੈ

ਇਹ ਅੱਖਾਂ ਸਾਡੇ ਕੋਲੋਂ ਸੁਪਨਿਆਂ ਦੀ ਖ਼ੈਰ ਮੰਗ ਰਹੀਆਂ
ਤੇ ਆਓ ਉਸ ਦੀਵੇ ਦਾ ਵੀ ਏਹਤਰਾਮ ਕਰੀਏ
ਜੋ ਕੋਈ ਅੱਖ ਬਚਾ ਕੇ ਚੁੱਪਚਾਪ
ਉਨ੍ਹਾਂ ਦੀ ਮੜ੍ਹੀ ’ਤੇ ਰਖ ਗਿਆ ਹੈ
ਉਹ ਜੋ ਹੁੰਦੇ ਸਨ...

ਲੰਦਨ, ਅਕਤੂਬਰ 1994

ਅੰਤਿਕਾ

☙

ਨਵੀਂ ਪੰਜਾਬੀ ਕਵਿਤਾ ਤੇ *ਜੜ੍ਹਾਂ*

❧

ਹਮਸੁਖਨ: ਸੁਰਜੀਤ ਹਾਂਸ, ਅੰਬਰੀਸ਼, ਸੰਤੋਖ ਸਿੰਘ ਉਰਫ਼ ਸ਼ਹਰਯਾਰ, ਜਸਵੰਤ ਦੀਦ ਤੇ ਸੁਰਜੀਤ ਕੌਰ. ਸਾਲ: 1995, ਥਾਂ: ਅੰਮ੍ਰਿਤਸਰ

ਜਸਵੰਤ ਦੀਦ: ਨਵੀਂ ਪੰਜਾਬੀ ਕਵਿਤਾ ਬਾਰੇ ਅੱਗੇ ਵੀ ਕਈ ਬਹਿਸਾਂ ਹੋਈਆਂ ਨੇ। ਅੱਜ ਅਸੀਂ ਵਿਚਾਰ ਕਰਨਾ ਹੈ ਕਿ ਨਵੀਂ ਪੰਜਾਬੀ ਕਵਿਤਾ ਚ ਅਮਰਜੀਤ ਚੰਦਨ ਦੀ ਛਪੀ ਨਵੀਂ ਕਾਵਿ-ਪੁਸਤਕ *ਜੜ੍ਹਾਂ* ਕਿੱਥੇ ਕੁ ਹੈ? ਉਹ ਕਿੱਥੇ ਨਾਲ਼ ਚੱਲਦੀ ਹੈ ਤੇ ਕਿੱਥੇ ਟੁੱਟ ਕੇ ਵੱਖਰੀ ਹੈਸੀਅਤ ਬਣਾਉਂਦੀ ਹੈ?

ਸੁਰਜੀਤ ਹਾਂਸ: ਮੇਰੀ ਪਹਿਲੀ ਗੱਲ ਤਾਂ ਇਹ ਹੈ ਕਿ ਚੰਦਨ ਵਲਾਇਤ ਨਾ ਜਾਂਦਾ, ਤਾਂ *ਜੜ੍ਹਾਂ* ਦੀਆਂ ਕਵਿਤਾਵਾਂ ਵਰਗੀਆਂ ਕਵਿਤਾਵਾਂ ਲਿਖੀਆਂ ਨਹੀਂ ਸਨ ਜਾਣੀਆਂ, ਕਿਉਂਕਿ ਵਲਾਇਤ ਵਿਚ ਉਹਨੂੰ ਆਧੁਨਿਕ ਜਾਂ ਨਵੇਂ ਅਨੁਭਵ ਹੋਏ। ਇਕ ਕਵਿਤਾ ਹੈ 'ਭੋਗਾਵਸਥਾ', ਜੀਹਦੇ ਵਿਚ ਪਾਤਰ ਅਪਣੀ ਪ੍ਰੇਮਿਕਾ ਨੂੰ ਕਦੇ ਮਾਂ ਦੀ ਸ਼ਕਲ ਚ ਦੇਖਦੈ, ਕਦੇ ਪ੍ਰੇਮਿਕਾ ਦੀ ਸ਼ਕਲ ਚ ਤੇ ਕਦੇ... ਇਹ ਰਿਸ਼ਤੇ ਸੱਚਾਈ ਨੇ। ਇਨ੍ਹਾਂ ਦਾ ਜ਼ਿਕਰ ਵਲਾਇਤ ਵਸਦਿਆਂ ਸੌਖਾ ਹੋ ਜਾਂਦੈ। ਦੇਸ਼ ਚ ਆਪਾਂ ਡਰਦੇ ਨਹੀਂ ਕਰਦੇ। ਇਕ ਕਵਿਤਾ 'ਦੁਪਹਿਰ' ਹੈ। ਕਵਿਤਾ ਤਾਂ ਇਹ ਬੋਰਤਾ ਬਾਰੇ ਹੈ, ਪਰ ਉਹ ਇਹ ਨਹੀਂ ਕਹਿੰਦਾ ਕਿ ਮੈਂ ਬੋਰ ਹਾਂ; ਪਰ ਉਹ ਭੱਜਣਾ ਚਾਹੁੰਦਾ ਹੈ। ਯਾਨੀ ਬੋਰਤਾ ਦਾ ਬਿਆਨ ਫ਼ਰਾਰਤਾ ਵਿਚ ਹੈ। ਇਵੇਂ 'ਆਵਾਜ਼ਾਂ' ਹੈ। ਉਹਦੇ ਵਿਚ ਕਦੇ ਕੋਈ ਆਵਾਜ਼ਾਂ ਮਾਰਦੈ; ਕਦੇ ਕੋਈ ਸੁਣਦੈ; ਪਰ ਉਹ ਜੀਹਦੀ ਆਵਾਜ਼ ਸੁਣਨੀ ਚਾਹੁੰਦੈ, ਉਹ ਆਵਾਜ਼ ਉਹਨੂੰ ਨਹੀਂ ਸੁਣਦੀ। ਇਹ ਇਜ਼ਹਾਰ ਵਿੰਗੇ ਢੰਗ ਨਾਲ ਕਰਨ ਦੀ ਜੁਗਤ ਹੀ ਕਵਿਤਾ 'ਛੰਨਾ' ਦੀ ਅਹਿਮੀਅਤ ਹੈ ਕਿ ਉਹ ਦਾਦਿਆਂ-ਪੜਦਾਦਿਆਂ ਦੀਆਂ ਚੀਜ਼ਾਂ ਦਾ ਸਰੋਤ ਹੈ। ਉਹ ਛੰਨਾ ਵਲਾਇਤ ਜਾ ਕੇ ਹੋਰ ਵੀ ਅਹਿਮ ਹੋ ਜਾਂਦਾ ਹੈ। ਉਸ ਛੰਨੇ ਦੀ ਪੁੱਛ ਇੱਥੇ ਰਹਿੰਦਿਆਂ ਏਨੀ ਨਹੀਂ ਸੀ ਹੋਣੀ। ਏਸੇ ਤਰ੍ਹਾਂ ਕਵਿਤਾ 'ਤੇਰੇ ਬਗੈਰ' ਹੈ। ਜਦੋਂ ਤਕ ਉਹਦੀ ਪ੍ਰੇਮਿਕਾ ਉਹਦੇ ਕੋਲ ਨਹੀਂ ਹੁੰਦੀ, ਤਾਂ ਉਹ ਯਥਾਰਥ ਚ ਰਹਿੰਦਾ ਹੈ; ਪਰ ਜਦੋਂ ਉਹ ਆ ਜਾਂਦੀ ਹੈ, ਤਾਂ ਰਵੱਈਆ ਬਦਲ ਜਾਂਦਾ ਹੈ। ਇਹ ਦੋ ਸਥਿਤੀਆਂ ਦਾ ਮੁਕਾਬਿਲਾ ਹੈ। ਸ਼ਹੀਦ ਬਾਰੇ ਗੱਲ ਇਹ ਹੈ ਕਿ ਜਦ ਉਹ ਬੁੱਤ ਬਣੇ ਹੋਏ ਨੇ ਤਾਂ ਪੂਜਣਯੋਗ ਨੇ; ਪਰ ਜੇ ਉਹ ਜਿਉਂਦੇ ਹੋ ਕੇ ਆ ਜਾਣ, ਤਾਂ ਸ਼ਾਇਦ ਸਮਾਜ ਉਨ੍ਹਾਂ ਨੂੰ ਕਬੂਲ ਨਾ ਕਰੇ। ਇਕ ਕਵਿਤਾ 'ਰੇਲ ਗੱਡੀ ਦੇ ਮੁਸਾਫ਼ਰ' ਹੈ। ਉਹ ਪੜ੍ਹਦੇ ਨੇ, ਉਹ ਖਾਂਦੇ ਨੇ, ਉਹ ਸੌਂਦੇ ਨੇ ਤੇ ਸੁਪਨੇ ਲੈਂਦੇ ਨੇ। ਇਹ ਅਨੁਭਵ ਵਲਾਇਤ ਦਾ ਹੀ ਹੈ। ਹੁਣ ਸਾਡੇ ਰੇਲ ਦੇ ਮੁਸਾਫ਼ਰਾਂ ਦਾ ਵਿਹਾਰ ਹੋਰ ਹੈ। ਉਹ ਨਾ ਸਮੇਂ ਸਿਰ ਖਾਂਦੇ ਨੇ, ਨਾ ਸੌਂਦੇ ਨੇ। ਹਰੇਕ ਦੀ ਆਪੋ-ਆਪਣੀ ਚਾਲ ਏ। ਇਹ ਆਧੁਨਿਕਤਾ ਦੀਆਂ ਨਿਸ਼ਾਨੀਆਂ ਚੰਦਨ ਦੀ ਕਵਿਤਾ ਵਿਚ ਸ਼ਾਮਿਲ ਨੇ।

ਸੁਰਜੀਤ ਕੌਰ: ਜੇ ਚੰਦਨ ਵਲਾਇਤ ਨਾ ਜਾਂਦਾ, ਤਾਂ ਕੀ ਉਹ ਇਹੋ-ਜਿਹੀ ਚੰਗੀ ਕਵਿਤਾ ਨਹੀਂ ਸੀ ਲਿਖ ਸਕਦਾ? ਕੀ 'ਭੋਗਾਵਸਥਾ', 'ਆਵਾਜ਼ਾਂ', 'ਕਾਗ਼ਜ਼' ਜਾਂ 'ਸਾਜ਼' ਵਰਗੀਆਂ ਕਵਿਤਾਵਾਂ ਇਥੇ ਨਾ ਰਚੀਆਂ ਜਾਂਦੀਆਂ। ਵਲਾਇਤ ਤਾਂ ਬਥੇਰੇ ਕਵੀ ਹੋਰ ਵੀ ਗਏ ਹੋਏ ਨੇ, ਉਨ੍ਹਾਂ ਨੇ ਇਜੇਹੀਆਂ ਕਵਿਤਾਵਾਂ ਕਿਉਂ ਨਾ ਲਿਖੀਆਂ? ਕੀ ਵਲਾਇਤ ਜਾ ਕੇ ਉਹਦੀ ਸੰਵੇਦਨਸ਼ੀਲਤਾ ਵਧ ਗਈ ਹੈ?

ਸ਼ਹਰਯਾਰ: ਵਲਾਇਤ ਚ ਹੋਰ ਬਹੁਤ ਕਵੀ ਨੇ। ਉਹ ਹੇਰਵੇ ਦੀ ਕਵਿਤਾ ਬਹੁਤੀ ਤੇ ਇੱਕੋ-ਜਿਹੀ ਲਿਖਦੇ ਨੇ। ਚੰਦਨ ਉਨ੍ਹਾਂ ਨਾਲੋਂ ਵੱਖਰਾ ਹੈ। ਅਸਲ ਚ ਉਹ ਏਥੇ ਰਹਿੰਦਾ ਹੋਇਆ ਵੀ ਜੋ ਲਿਖਦਾ ਸੀ, ਉਹ ਵੱਖਰਾ ਹੁੰਦਾ ਸੀ। ਉਹਨੇ ਉੱਥੇ ਜਾ ਕੇ ਵੀ ਵੱਖਰਿਆਂ ਹੋ ਕੇ ਸੋਚ ਕੇ ਰਚ ਕੇ ਅਪਣੀ ਪਛਾਣ ਬਣਾਈ ਹੈ। – *ਜੜ੍ਹਾਂ* ਚ ਪਾਸ਼ ਬਾਰੇ ਕਵਿਤਾ ਹੈ, 'ਪਾਸ਼ ਦਾ ਮਰਸੀਆ'। ਇਨ੍ਹਾਂ ਗੱਲਾਂ ਨਾਲ ਮਿਲਦਾ 1978 ਵਿਚ ਚੰਦਨ ਨੇ ਦੁੱਲੇ ਬਾਰੇ ਗੀਤ ਲਿਖਿਆ ਸੀ, ਹੁਣ ਉੱਥੇ ਜਾ ਕੇ ਵੀ ਉਹਨੂੰ ਪਾਸ਼ ਦੁੱਲੇ ਦਾ ਪ੍ਰਤੀਰੂਪ ਲੱਗਦਾ ਹੈ। ਇਹ ਉਸੇ ਗੀਤ ਦੀ ਐਕਸਟੈਨਸ਼ਨ ਹੈ। ਦੂਜੀ ਗੱਲ ਏਥੋਂ ਜਾਣ ਤੋਂ ਬਾਅਦ ਬੰਦੇ ਚੁੱਪ ਹੋ ਜਾਂਦੇ ਹਨ। ਜਿਹੜੇ ਸੰਵੇਦਨਸ਼ੀਲ ਬੰਦੇ ਨੇ – ਪਾਸ਼ ਦੇ ਬਾਹਰ ਜਾਣ ਤੋਂ ਬਾਅਦ ਉਹਦੀ ਚੁੱਪ ਜਾਂ ਅਮਰਜੀਤ ਦੀ ਬਹੁਤ ਦੇਰ ਤੋਂ ਚੁੱਪ ਤੇ ਅਚਾਨਕ ਉਹਦਾ ਸ਼ਾਇਰੀ ਵੱਲ ਪਰਤਣਾ, ਇਹ ਅਜੀਬ ਕਿਸਮ ਦਾ ਸੱਚ ਹੈ। ਇਹ ਦੋਹਾਂ ਸ਼ਾਇਰਾਂ ਦਾ ਵਧੀਆ ਵਿਹਾਰ ਹੈ।

ਦੀਦ: ਮੈਨੂੰ ਇਸ ਤਰ੍ਹਾਂ ਲੱਗਦਾ ਕਿ ਪਾਸ਼ ਤੇ ਪਾਤਰ ਨੂੰ ਜੇ ਇਕ ਪਾਸੇ ਰੱਖੀਏ, ਤਾਂ ਵਿਸ਼ੇਸ਼ ਅਹਿਮੀਅਤ ਰੱਖਣ ਵਾਲੇ ਸ਼ਾਇਰਾਂ ਚ ਚੰਦਨ ਵੀ ਹੈ। ਅੰਬਰੀਸ਼ ਨਵਾਂ ਲਿਖਣ ਵਾਲਾ ਕਵੀ ਹੈ। ਉਹ ਦੱਸੇ ਕਿ ਕੀ ਚੰਦਨ ਉਸੇ ਹੀ ਧਾਰਾ ਦਾ ਕਵੀ ਹੈ ਜਾਂ ਜੋ ਤੁਸੀਂ ਨਵਾਂ ਲਿਖਣ ਵਾਲੇ ਹੋ ਤੁਹਾਡਾ ਨੁਮਾਇੰਦਾ? ਜਾਂ ਕੀ ਫ਼ਰਕ ਹੈ?

ਅੰਬਰੀਸ਼: ਮੈਂ ਸਮਝਦਾਂ ਕਿ ਸਟਾਈਲ ਦੇ ਪੱਖੋਂ *ਜੜ੍ਹਾਂ* ਪਾਸ਼ ਤੇ ਪਾਤਰ ਦੀਆਂ ਕਵਿਤਾਵਾਂ ਨਾਲੋਂ ਬਹੁਤ ਵੱਖਰੀ ਕਿਸਮ ਦੀ ਹੈ। ਉਹਦੀ ਕਵਿਤਾ ਉਸੇ ਤਰ੍ਹਾਂ ਦੀ ਆਧੁਨਿਕ ਹੈ, ਜਿਹੋ-ਜਿਹੀ ਨੂੰ ਅਸੀਂ ਆਧੁਨਿਕ ਮੰਨਦੇ ਹਾਂ। ਮੈਂ ਸ਼ਹਰਯਾਰ ਨਾਲ ਸਹਿਮਤ ਹਾਂ ਕਿ ਜੇ ਇਹ ਏਥੇ ਰਹਿੰਦਾ, ਤਾਂ ਵੀ ਚੰਦਨ ਨੇ ਇਸ ਤਰ੍ਹਾਂ ਦੀ ਨਜ਼ਮ ਲਿਖਣੀ ਸੀ। ਛੰਨੇ ਬਾਰੇ ਬੰਦਾ ਭਾਵੁਕ ਭਾਰਤ ਵਿਚ ਰਹਿ ਕੇ ਵੀ ਹੋ ਸਕਦਾ ਹੈ। ਇਹ ਪੇਂਡੂ ਸੱਭਿਆਚਾਰ ਦੀ ਨਿਸ਼ਾਨੀ ਹੈ। ਇਸ ਤਰ੍ਹਾਂ ਦੀ ਨਜ਼ਮ ਲਿਖਣ ਲਈ ਮੈਨੂੰ ਲੱਗਾ ਕਿ ਉਹਦੇ ਵਾਸਤੇ ਇੰਗਲੈਂਡ ਜਾਣਾ ਜ਼ਰੂਰੀ ਹੈ।

ਸ਼ਹਰਯਾਰ: ਇਕ ਗੱਲ ਤਾਂ ਹੈ, ਜੇ ਉਹ ਸਾਡੇ ਸੱਭਿਆਚਾਰ ਦੀਆਂ ਉਥੇ ਬੈਠ ਕੇ ਗੱਲਾਂ ਕਰਦਾ ਹੈ; ਉਥੋਂ ਦੇ ਸੱਭਿਆਚਾਰ ਨੂੰ ਮਹਿਸੂਸ ਕਰ ਰਿਹਾ; ਮਹਿਸੂਸ ਕਰਨ ਦੀ ਜਿਹੜੀ ਸੰਵੇਦਨਸ਼ੀਲਤਾ ਹੈ, ਉਹ ਸ਼ਾਇਦ ਸਿਫਤੀ ਤੇ ਮਿਕਦਾਰੀ ਦੋਵਾਂ ਪੱਖਾਂ ਤੋਂ ਉੱਥੇ ਜ਼ਿਆਦਾ ਮਹਿਸੂਸ ਕੀਤੀ ਜਾ ਸਕਦੀ ਹੈ। ਮਹਿਸੂਸ ਕਰਨ ਦੀ ਸ਼ਿੱਦਤ ਉਥੇ ਜ਼ਿਆਦਾ ਹੈ। ਚੰਦਨ ਦੀ ਕਵਿਤਾ ਚ ਏਥੇ ਦੀ ਕਵਿਤਾ ਨਾਲੋਂ ਕੋਈ ਬਹੁਤੀ ਵੱਖਰੀ ਗੱਲ ਨਜ਼ਰ ਨਹੀਂ ਆਉਂਦੀ। ਇਸ ਜੜ੍ਹਾਂ ਕਿਤਾਬ ਸੰਬੰਧੀ ਇਕ ਗੱਲ ਕਹਿ ਰਿਹਾਂ ਕਿ ਪੰਜਾਬੀ ਚ ਇਸ਼ਕ ਦੀ ਸ਼ਾਇਰੀ ਬੇਸ਼ੁਮਾਰ ਲਿਖੀ ਗਈ ਹੈ ਤੇ ਲਿਖੀ ਜਾਂਦੀ ਵੀ ਜਾਏਗੀ, ਲੇਕਿਨ ਮੁਹੱਬਤ ਦੀ ਸ਼ਾਇਰੀ ਚੰਦਨ ਨੇ ਖ਼ੁਬਸੂਰਤੀ ਨਾਲ ਨਿਭਾਈ ਹੈ। ਇਹ ਵੱਖਰੀ ਗੱਲ ਲਗਦੀ ਹੈ; ਮਸਲਨ 'ਤੇਰੇ ਬਗੈਰ', 'ਅਪਣੇ

ਕੱਪੜੇ', 'ਮੈਨੂੰ ਪਹਿਨ ਲੈ' – ਬਹੁਤ ਕਾਮਯਾਬ ਤੇ ਵਧੀਆ ਕਵਿਤਾਵਾਂ ਹਨ। ਜਿਹੜੀ ਪਹਿਲੀ ਕਵਿਤਾ ਹੈ – 'ਚਿੱਟੇ ਹਾਸ਼ੀਏ ਵਾਲੀ ਤਸਵੀਰ' ਇਹਦੇ ਵਿਚ – *ਹੁਣੇ ਪਾਏ ਅੱਖਰ ਨੂੰ ਅਪਣੀ ਜੜ੍ਹ ਦਾ ਪਤਾ ਹੈ/ ਸਿਆਹੀ ਅੱਖਰਾਂ ਨੂੰ ਪਾਣੀ ਦੇ ਦੇ ਉਨ੍ਹਾਂ ਨੂੰ ਹਰਿਆ ਰੱਖਦੀ ਹੈ।* ਇਹਦੇ ਚ ਜਿਹੜੀਆਂ ਤਸ਼ਬੀਹਾਂ ਹਨ...। ਅਮੀਨ ਮੁਗਲ ਨਾਲ ਮੇਰੀ ਬਹੁਤ ਸਹਿਮਤੀ ਨਹੀਂ ਹੈਗੀ। ਉਹ ਕਹਿੰਦਾ ਹੈ: ਇਹ ਜਿਹੜੀ ਕਵਿਤਾ ਹੈ, ਠੋਸ ਕੰਕਰੀਟ ਦੀ ਬਾਂ ਤੇ ਅਮੂਰਤ ਐਬਸਟ੍ਰੈਕਸ਼ਨ ਹੈ। ਮੈਨੂੰ ਲਗਦਾ ਹੈ ਉਹ ਅਮੂਰਤ ਉਹਦੀ ਕਵਿਤਾ ਦਾ ਸੱਭਿਆਚਾਰਕ ਵੇਗਮੱਤਾ ਵਹਿਣ ਹੈ। ਇਹ ਮੇਰੀ ਉਹਦੀ ਬਾਰੇ ਧਾਰਨਾ ਹੈ। ਇਹ ਅਮੂਰਤਤਾ ਸੁਹਜ-ਸਵਾਦ ਵਾਲੀ ਹੈ।

ਹਾਂਸ: ਗੱਲ ਤਾਂ ਇਹ ਹੈ ਕਿ ਤੁਹਾਨੂੰ ਨਜ਼ਰ ਕੀ ਆਉਂਦਾ, ਤੁਹਾਡੇ ਨਾਲ ਵਾਪਰਦਾ ਕੀ ਹੈ? ਇਸ ਤਰ੍ਹਾਂ ਦੀ ਨਜ਼ਮ ਹੈ, ਧੋਤੇ ਕੱਪੜਿਆਂ ਬਾਰੇ। ਅਸੀਂ ਨਹੀਂ ਲਿਖਦੇ ਧੋਤੇ ਕੱਪੜਿਆਂ ਬਾਰੇ। ਗੱਲ ਤਾਂ ਇਹ ਕਿ ਅਸੀਂ ਏਸ ਤਰ੍ਹਾਂ ਕੱਪੜੇ ਆਪ ਧੋਂਦੇ ਨਹੀਂ; ਦੂਜੀ ਗੱਲ ਇਹ ਕਿ ਕੱਪੜੇ ਧੋ ਕੇ ਵੀ ਤਾਰ 'ਤੇ ਟੰਗਣੇ ਹੁੰਦੇ ਹਨ। ਕਿਸੇ ਵੀ ਆਰਕੀਟੈਕਟ ਨੇ ਧੋਤੇ ਕੱਪੜਿਆਂ ਨੂੰ ਟੰਗਣ ਲਈ ਕੋਈ ਜਗਾ ਨਹੀਂ ਪੈਦਾ ਕੀਤੀ। ਇਹ ਸਮੱਸਿਆ ਬਈ ਕੱਪੜੇ ਧੋ ਕੇ ਟੰਗਣੇ ਕਿੱਥੇ ਹਨ। ਜਿਨ੍ਹਾਂ ਨੂੰ ਇਹ ਤਕਲੀਫ਼ ਹੈ ਕੱਪੜੇ ਧੋਣ, ਕੱਪੜੇ ਸੁਕਾਉਣ ਦੀ; ਉਸੇ ਮੁਲਕ ਵਿਚ ਹੀ ਜਨਤਾ ਇਹ ਕੰਮ ਕਰੂ; ਉਹੀ ਕਵਿਤਾ ਲਿਖ ਸਕੂਗਾ।

ਸੁਰਜੀਤ ਕੌਰ: ਅੰਬਰੀਸ਼ ਦੀ ਵੀ ਪੋਇਟਰੀ ਹੈ। ਇਹੋ-ਜਿਹੀਆਂ ਇਨ੍ਹਾਂ ਵੀ ਕਵਿਤਾਵਾਂ ਲਿਖੀਆਂ ਹੈਗੀਆਂ ਆ, ਉਹਦਾ ਕਿਸੇ ਹੋਰ ਗੱਲ ਕਰਕੇ ਵੱਖਰੇਵਾਂ ਤਾਂ ਅਸੀਂ ਕਹਿ ਸਕਦੇ ਹਾਂ, ਸਬਜੈਕਟ ਦੇ ਤੌਰ 'ਤੇ ਗੱਲ ਹੋਰ ਤਰ੍ਹਾਂ ਲੱਗਦੀ ਏ। ਜੇ ਉਹ ਏਥੇ ਹੁੰਦਾ, ਤਾਂ ਏਥੇ ਦੇ ਅਨੁਭਵਾਂ ਬਾਰੇ ਲਿਖਦਾ।

ਦੀਦ: ਜਿਵੇਂ ਅੰਬਰੀਸ਼ ਨੇ ਕਿਹਾ ਛੰਨੇ ਬਾਰੇ ਕਵਿਤਾ ਜਾਂ ਹੋਰ, ਪਰ ਅਹਿਸਾਸ ਦਾ ਫ਼ਰਕ ਜਗ੍ਹਾ ਨਾਲ ਵੀ ਪੈਂਦਾ ਹੈ। ਇਸ ਤਰ੍ਹਾਂ ਦਾ ਵੇਰਵਾ ਹੋਰਨਾਂ ਨੇ ਵੀ ਦਿੱਤਾ। ਮਸਲਾ ਇਹ ਹੈ ਕਿ ਚੰਦਨ ਕਿਉਂ ਵਧੀਆ ਹੋਇਆ? ਮੈਂ ਚੰਦਨ ਦੀਆਂ ਨਜ਼ਮਾਂ ਪੜ੍ਹਦਿਆਂ ਦੇਖਿਆ ਕਿ ਚੰਦਨ ਮਾਡਰਨ ਤਾਂ ਹੈ ਈ; ਪਰ ਗੱਲ ਇਹ ਹੈ ਕਿ ਉਸ ਤਰ੍ਹਾਂ ਦਾ ਇਕ ਸਟਾਈਲ ਜੋ ਪਾਸ਼-ਪਾਤਰ ਚ ਹੈ, ਉਹ ਚੰਦਨ ਕੋਲ ਪਿਆ ਹੋਇਆ। ਮਸਲਨ 'ਕਊਏ' ਕਵਿਤਾ ਹੈ। ਤੁਕਾਂ ਜੋੜਨਾ ਇਹਦੀ ਸ਼ਾਇਰੀ ਦੇ ਪਿੱਛੇ-ਪਿੱਛੇ ਪਿਆ ਹੈ। ਤੁਕਾਂਤ ਵਾਲੀਆਂ ਸਤਰਾਂ ਬੋਲ ਬਣਨ ਲੱਗ ਜਾਂਦੀਆਂ ਹਨ। ਸਵਾਲ ਇਹ ਹੈ ਕਿ ਇੰਗਲੈਂਡ ਚ ਹੋਰ ਬਹੁਤੇ ਕਵੀਆਂ ਦੇ ਇਹ ਅਨੁਭਵ ਨੇ। ਚੰਦਨ ਨੇ ਹੀ ਵਧੀਆ ਕਵਿਤਾ ਕਿਉਂ ਕੀਤੀ? ਚੰਦਨ ਪਾਸ਼, ਪਾਤਰ ਦੀ ਪੀੜ੍ਹੀ ਦਾ ਕਵੀ ਹੈ। ਚੰਦਨ ਦੀ ਕਵਿਤਾ ਚ ਵੀ ਉਸ ਪੀੜ੍ਹੀ ਦੀਆਂ ਜੁਗਤਾਂ ਦਾ ਮੋਹ ਮਹਿਸੂਸ ਹੁੰਦਾ ਹੈ – ਜਿਵੇਂ ਤੁਕਾਂ ਜੋੜਨ ਦੀ ਗੱਲ ਹੈ।

ਅੰਬਰੀਸ਼: ਜਿਵੇਂ ਪਰੰਪਰਾਗਤ ਚਲੇ ਜਾ ਰਹੇ ਸ਼ਬਦਾਂ ਦਾ ਮੋਹ ਹੈ। ਚੰਦਨ ਦੀ ਕਵਿਤਾ ਚ ਵਸਤਾਂ ਭਾਵਨਾਵਾਂ ਤੇ ਸ਼ਬਦਾਂ ਦਾ ਨੌਸਟੈਲਜੀਆ ਵੀ ਲੱਭਦਾ ਹੈ।

ਸ਼ਹਿਰਯਾਰ: ਮੈਂ ਹੋਰ ਤਰ੍ਹਾਂ ਸੋਚਦਾਂ। 'ਕਊਏ' ਵਿਚ ਉਹਦੀ ਅੱਖਰਾਂ ਦੀ ਜੜਤ-ਜੜਤ ਬਹੁਤ ਹੀ ਵੱਖਰੀ ਕਿਸਮ ਦੀ ਹੈ। ਉਹਦੇ ਕੋਲ ਬਹੁਤ ਵੱਡਾ ਕੈਨਵਸ ਪਿਆ। ਉਹਦੇ ਵਿੱਚੋਂ ਛਾਂਟ-ਛਾਂਟ ਕੇ ਸ਼ਬਦ ਜੋੜੀ ਜਾਂਦਾ ਹੈ। ਰਵਾਇਤੀ ਬਿਲਕੁਲ ਨਹੀਂ ਕਹਿੰਦਾ।

ਸੁਰਜੀਤ ਕੌਰ: ਨਹੀਂ ਇਹਦੇ ਚ ਰਵਾਇਤੀ ਅਹਿਸਾਸ ਪੈਦਾ ਹੁੰਦਾ ਹੈ। ਜਿਵੇਂ 'ਸਾਂਭ ਕੇ ਰੱਖੀ ਚੀਜ਼' ਵਿਚ ਸ਼ਬਦਾਂ ਦਾ ਦੂਰ-ਰਸ ਹੈ। ਜਿੱਥੇ ਰਵਾਇਤੀ ਲਫ਼ਜ਼ ਵਰਤੇ ਹਨ, ਓਥੇ ਇਸ ਤਰ੍ਹਾਂ ਦੀ ਫ਼ੀਲਿੰਗ ਲੱਗਦੀ ਹੈ। ਖ਼ਾਸ ਕਰ ਕੇ ਰਾਗਾਂ ਵਾਲੀਆਂ ਕਵਿਤਾਵਾਂ ਵਿਚ।

ਹਾਂਸ: ਰਵਾਇਤੀ ਨਹੀਂ ਹੈ, ਰਵਾਇਤੀ ਹੈ – ਇਸ ਤਰ੍ਹਾਂ ਦੀ ਬਹਿਸ ਗੱਲ ਹੋਰ ਪਾਸੇ ਲਿਜਾਂਦੀ ਹੈ। ਉਹਦੀਆਂ ਜੋ ਪੰਜ-ਦਸ ਬੇਹਤਰੀਨ ਕਵਿਤਾਵਾਂ ਹਨ; ਉਨ੍ਹਾਂ ਦੀ ਗੱਲ ਹੋਵੇ, ਜੇ ਅਪਣੇ ਹਉਂ (ਸੈਲਫ਼) ਦਾ ਜ਼ਿਕਰ ਕਰਦਾ ਹੈ, ਉਹ ਕਿਸੇ ਕ੍ਰਿਆ ਰਾਹੀਂ ਕਰਦਾ ਹੈ। ਜਿਵੇਂ ਸਬਜੈਕਟ ਨਵੇਂ ਨੇ; ਇਵੇਂ ਸਟਾਈਲ ਦੀਆਂ ਚੀਜ਼ਾਂ ਆਪੇ ਹੀ ਆਈਆਂ ਹੋਈਆਂ ਹਨ। ਇਸ਼ਕ ਦੀ ਸ਼ਾਇਰੀ ਚ ਆਹ ਗੱਲਾਂ ਨਹੀਂ ਹੋਣਗੀਆਂ। ਮੁਹੱਬਤ ਚ ਤਾਂ ਭਾਵੇਂ ਚੰਦਨ ਅਪਣੀਆਂ ਭਾਵਨਾਵਾਂ ਨੂੰ ਸ਼ੈਆਂ ਤੇ ਉਨ੍ਹਾਂ ਦੇ ਬਦਲਦੇ ਰੂਪਾਂ ਵਿਚ ਬਿਆਨ ਕਰਦਾ ਹੈ। ਉਹਦਾ ਇਜ਼ਹਾਰ ਬਹੁਤਾ ਕ੍ਰਿਆਵਾਂ ਰਾਹੀਂ ਹੁੰਦਾ ਹੈ।

ਸ਼ਹਰਯਾਰ: ਇਹਦੇ ਚ ਇਕ ਹੋਰ ਗੱਲ ਨਜ਼ਰ ਆ ਗਈ ਕਿ ਇੱਕੋ ਕਰੈਕਟਰ ਬੋਲ ਰਿਹਾ ਹੈ। ਇਹਦੇ ਚ ਮੁਹੱਬਤ ਕਰਨ ਵਾਲਾ ਭੋਗੀ ਹੈ; ਉਹ ਉਹਦਾ ਜ਼ਿਕਰ ਕਰਦਾ ਪਿਆ। ਦੂਜੇ ਦਾ ਕੋਈ ਜ਼ਿਕਰ ਨਹੀਂ ਕਰਦਾ।

ਹਾਂਸ: ਡਾਕਟਰ ਸਾਹਿਬ ਉਹ ਵੀ ਭੋਗੀ ਹੈ।

ਸ਼ਹਰਯਾਰ: ਫੇਰ ਤਾਂ ਰੋਗੀ ਹੋ ਗਿਆ। (ਹਾਸਾ)

ਹਾਂਸ: ਹੁਣ ਸਮੱਸਿਆ ਵੱਲ ਆਈਏ। ਮੇਰੇ ਮਨ ਚ ਹੈ ਜਿਵੇਂ ਅੰਗਰੇਜੀ ਵਾਲੇ ਕਹਿੰਦੇ ਨੇ ਕਿ ਅੰਗਰੇਜੀ ਜ਼ਬਾਨ ਅਨੁਭਵਾਂ ਨਾਲ ਬਣੀ ਹੈ। ਏਸੇ ਕਰਕੇ ਜਦ ਉਹ ਖ਼ੱਯਾਮ ਦਾ ਅਨੁਵਾਦ ਕਰਦੇ ਨੇ, ਤਾਂ ਕੰਮ ਅੜ ਜਾਂਦਾ ਹੈ। ਇਵੇਂ ਪੰਜਾਬੀ ਜ਼ਬਾਨ ਸਾਡੇ ਅਨੁਭਵਾਂ ਨੂੰ ਵਿਅਕਤ ਕਰਨ ਜੋਗੀ ਹੈ। ਕਿਸੇ ਭਾਸ਼ਾ ਨੂੰ ਹੋਰ ਕੰਮਾਂ ਦੇ ਅਨੁਭਵਾਂ ਲਈ ਵਰਤਣ ਵਾਸਤੇ ਨਵੀਆਂ ਜੁਗਤਾਂ ਦੀ ਲੋੜ ਪੈਂਦੀ ਹੈ।

ਅੰਬਰੀਸ਼: ਡਾਕਟਰ ਸਾਹਿਬ, ਤੁਸੀਂ ਦੱਸੋ ਕਿ ਅੰਗਰੇਜ਼ੀ ਅਨੁਵਾਦ ਪੰਜਾਬੀ ਤੇ ਉਨ੍ਹਾਂ ਨੂੰ ਵਿਅਕਤ ਕਰਨ ਦੀ ਜੁਗਤ ਚ ਕੀ ਫ਼ਰਕ ਹੈ? ਮੇਰੇ ਖਿਆਲ ਚ ਤਾਂ ਸਾਰੇ ਅਨੁਭਵ ਸਾਂਝੇ ਹੁੰਦੇ ਨੇ। ਫ਼ਰਕ ਥਾਵਾਂ ਤੇ ਵਸਤਾਂ ਦਾ ਹੋ ਸਕਦਾ ਹੈ। ਸਾਡੀਆਂ ਪੁਰਾਣੀਆਂ ਕਹਾਣੀਆਂ ਥੋੜ੍ਹੇ ਬਦਲਵੇਂ ਰੂਪ ਚ ਸਾਰੀ ਦੁਨੀਆ ਚ ਲੱਭਦੀਆਂ ਨੇ।

ਸੁਰਜੀਤ ਕੌਰ: ਨਹੀਂ, ਕੁਝ ਸੋਚਾਂ ਤੇ ਅਹਿਸਾਸ ਅਜਿਹੇ ਵੀ ਹੁੰਦੇ ਨੇ, ਜਿਹੜੇ ਅੰਗਰੇਜ਼ਾਂ ਦੇ ਨੇ, ਸਾਡੇ ਨਹੀਂ। ਇਵੇਂ ਚੰਦਨ ਦੇ ਅਨੁਭਵ ਸਾਡੇ ਨਾਲੋਂ ਕੁਝ ਵੱਖਰੇ ਵੀ ਹਨ। ਜਦ ਬੰਦੇ-ਬੰਦੇ ਚ ਫ਼ਰਕ ਹੈ, ਤਾਂ ਫੇਰ ਕੰਮਾਂ ਦਾ ਵੀ ਜ਼ਰੂਰ ਹੋਵੇਗਾ।

ਅੰਬਰੀਸ਼: ਪਰ ਜਿਹੜੀਆਂ ਬੇਸਿਕ ਚੀਜ਼ਾਂ ਪੋਇਟਰੀ ਦੀਆਂ ਹਨ; ਜਿਵੇਂ ਪਿਆਰ, ਨਫ਼ਰਤ, ਮਿਲਣ ਵਿਛੋੜਾ ਮੌਤ ਇਹੋ ਇੱਕੋ-ਜਿਹੀਆਂ ਨੇ।

ਹਾਂਸ: ਇਹ ਲਵ, ਹੇਟ ਪਿਆਰ ਵਿਛੋੜਾ ਇਹਦਾ ਵੀ ਕਿਸੇ ਨਾਲ ਸੰਬੰਧ ਹੁੰਦਾ ਹੈ। ਇਹ ਸਾਰਾ ਸਾਨੂੰ ਕਿੱਥੋਂ ਮਿਲਿਆ ਹੈ। ਇਸ ਕਰਕੇ ਜੇ ਤੁਸੀਂ ਬਸ ਚੜ੍ਹਨ ਵਾਲੀ ਨਜ਼ਮ ਲਿਖਣੀ ਹੈ; ਤਾਂ ਜਿੱਥੇ ਧੱਕੇ ਪੈਣਗੇ, ਉੱਥੇ ਨਜ਼ਮ ਹੋਰ ਹੋਵੇਗੀ। ਜੇ ਆਰਾਮ ਨਾਲ ਬਸ ਚੜ੍ਹ ਹੋਵੇਗਾ, ਉੱਥੇ ਗੱਲ ਹੋਰ ਹੋਵੇਗੀ। ਜਿਵੇਂ ਚੰਦਨ ਰੇਲ ਮੁਸਾਫ਼ਰਾਂ ਦੀ ਗੱਲ ਕਰਦਾ ਹੈ, ਬਈ ਸਾਰੇ ਮੁਸਾਫ਼ਰ ਪੜ੍ਹੀ ਜਾਂਦੇ ਹਨ। ਕਿਉਂ ਪੜ੍ਹੀ ਜਾਂਦੇ ਨੇ? ਗੱਡੀ ਚ ਸਾਰਿਆਂ ਕੋਲ ਅਖ਼ਬਾਰ ਨੇ। ਉਹ ਮੰਗਦੇ ਨਹੀਂ। ਸੌਣ ਵੇਲੇ ਸਾਰੇ ਸੌਂਦੇ ਨੇ।

ਸ਼ਹਰਯਾਰ: ਜਿਹੜੀ ਚੰਦਨ ਦੀ ਕਵਿਤਾ ਹੈ 'ਨਾਚ'। ਉਹ ਨਾਚ ਸਾਡੇ ਕੋਲ ਨਟਰਾਜ ਦਾ ਤਲਿਸਮੀ ਨਾਚ ਹੈ ਜਾਂ ਦੂਜੀ ਤਰ੍ਹਾਂ ਦਾ ਡਾਂਸ ਹੈ। ਇਹ ਪੱਛਮੀ ਸੱਭਿਅਤਾ ਦਾ ਨਾਚ ਨਹੀਂ, ਇਹ ਕੇਵਲ ਨਾਚ ਹੈ। ਇਹ ਏਥੋਂ ਦੇ ਮਾਡਲ ਬਣੇ ਹੋਏ ਨਾਚ ਤੋਂ ਵੀ ਟੁੱਟਦਾ ਹੈ ਤੇ ਉਨ੍ਹਾਂ ਦੇ ਨਾਲ ਵੀ ਨਹੀਂ ਜੁੜਦਾ, ਉਹ ਮਿਲਿਆ-ਜੁਲਿਆ ਹੈ। ਕਵੀ ਉਨ੍ਹਾਂ ਕੋਲੋਂ ਬਚਣਾ ਚਾਹ ਰਿਹਾ ਹੈ, ਇਨ੍ਹਾਂ ਕੋਲੋਂ ਟੁੱਟਣਾ ਵੀ ਚਾਹ ਰਿਹਾ।

ਦੀਦ: ਚੰਦਨ ਨੇ ਜੋ ਵਿਸ਼ੇ ਲਏ ਹਨ, ਇਹ ਹੋਰ ਕਵੀਆਂ ਨੇ ਵੀ ਲਏ ਹਨ। ਚੰਦਨ ਨੇ ਪਹਿਲੀ ਵਾਰ ਨਹੀਂ ਲਏ, ਮੁਹੱਬਤ ਬਾਰੇ ਸ਼ਾਇਰੀ ਹੋਰ ਵੀ ਹੋਈ ਹੈ; ਪਰ ਜਿਹੜੀ ਇਸ ਕੋਲ ਸ਼ਬਦਾਂ ਦੀ ਪਾਵਰ ਹੈ, ਉਹ ਇਹਦੀ ਸ਼ਾਇਰੀ ਨੂੰ ਮਜ਼ਬੂਤ ਕਰਦੀ ਹੈ। ਇਹੋ-ਜਿਹੇ ਵਿਸ਼ੇ ਹੋਰ ਕਵੀਆਂ ਨੇ ਘਟੀਆ ਤਰੀਕੇ ਨਾਲ ਪੇਸ਼ ਕੀਤੇ ਹਨ। ਉਨ੍ਹਾਂ ਨੂੰ ਪੜ੍ਹਨ ਨੂੰ ਦਿਲ ਨਹੀਂ ਕਰਦਾ। ਫਿਰ ਵੀ ਚੰਦਨ ਵੱਡਾ ਤੇ ਅੱਛਾ ਸ਼ਾਇਰ ਕਿਉਂ ਹੈ? ਮੇਰੇ ਖ਼ਿਆਲ ਚ ਇਹਦਾ ਟਰੀਟਮੈਂਟ ਵਧ ਬਿਹਤਰ ਹੈ।

ਸ਼ਹਰਯਾਰ: ਜਿਹੜਾ ਬੰਦਾ ਜੜ੍ਹਾਂ ਨੂੰ ਸਮਝਦਾ, ਜੜ੍ਹਾਂ ਨੂੰ ਦੂਰ ਰਹਿ ਕੇ ਸਮਝ ਸਕਦੈ, ਉੱਥੇ ਬੈਠ ਕੇ ਹੀ ਜੜ੍ਹਾਂ ਦੀ ਮਹੱਤਾ ਨੂੰ ਮਹਿਸੂਸ ਕਰ ਸਕਦਾ ਹੈ। ਚੰਦਨ ਪੈਰਾਲਲ ਬੈਲੈਂਸਜ਼ ਕ੍ਰੀਏਟ ਕਰਦਾ ਹੈ, ਇਸ ਕਰਕੇ ਉਹਦੀ ਵੱਖਰੀ ਸ਼ਾਇਰੀ ਹੈ।

ਸੁਰਜੀਤ ਕੌਰ: ਗੱਲ ਇਹ ਹੈ ਕਿ ਉਹਨੇ ਜਿਹੜੀ ਪੋਇਟਕ ਇਮੇਜਰੀ ਪੈਦਾ ਕੀਤੀ ਹੈ, ਉਹਨੂੰ ਵੱਖ ਕਰਦੀ ਹੈ, ਉਹਦੀ ਗੱਲ ਕੀਤੀ ਜਾਵੇ।

ਦੀਦ: ਚੰਦਨ ਨੇ ਅਪਣੀ ਸ਼ਾਇਰੀ ਚ ਜੋ ਜੁਗਤਾਂ ਅਪਣਾਈਆਂ ਹਨ, ਉਨ੍ਹਾਂ ਬਾਰੇ ਗੱਲ ਕੀਤੀ ਜਾਵੇ।

ਹਾਂਸ: ਮੈਂ ਦੋ ਨਜ਼ਮਾਂ ਦੀ ਗੱਲ ਕਰਦਾਂ। ਇਕ ਨਜ਼ਮ 'ਕੇਵਲ ਕੌਰ ਦੀ ਯਾਦ ਵਿਚ' ਜਨਮ-ਟੁੱਟਣ, ਖ਼ਤ ਦੋਸਤੀ ਤੇ ਪਰਛਾਈਂ ਵਿਚ ਇਮੇਜਜ਼ ਰਾਈਮ ਬਣ ਜਾਣੇ ਸੀ, ਪਰ ਟੈਲੀਵੀਜਨ ਵਿਚ ਆ ਵੜਿਆ। ਇਹ ਰਾਈਮ ਹੋਰ ਗੱਲਾਂ ਚ ਵੀ ਹੈ। ਇਹ ਜਿਹੜੀ 'ਆਵਾਜ਼ਾਂ' ਨਜ਼ਮ ਹੈ, ਮੁੱਖ ਤੌਰ 'ਤੇ ਇਮੇਜ ਰਾਈਮ ਪੈਦਾ ਕਰਦੀ ਹੈ, ਇਕ ਦੀ ਆਵਾਜ਼ ਸਮਝੇ ਦੂਜੇ ਦੀ ਆਵਾਜ਼ ਸਮਝਦੀ। 'ਆਵਾਜ਼ਾਂ-II' ਸਭ ਤੋਂ ਕਾਮਜਾਬ ਨਜ਼ਮ ਹੈ। 'ਕੇਵਲ ਕੌਰ ਦੀ ਯਾਦ ਵਿਚ', ਲਾਲ ਝੰਡੇ ਨੂੰ ਸਲਾਮ ਚ ਇਹ ਗੱਲ ਨਹੀਂ ਹੈ। ਰਾਈਮ ਦੀ ਸਮੱਸਿਆ ਦੀ ਜੋ ਗੱਲ ਕੀਤੀ ਸੀ, ਉਹ 'ਕਊਏ' ਵਿਚ ਵੀ ਆ ਜਾਂਦੀ ਹੈ। ਵਲੈਤ ਚ ਕਊਏ ਬਨੇਰੇ 'ਤੇ ਨਹੀਂ ਬਹਿੰਦੇ, ਵਲੈਤ ਚ ਕਊਏ ਜੀਹ ਚ ਤਾਰ 'ਤੇ ਵੀ ਬੈਠੇ ਰਹਿੰਦੇ ਹਨ, ਕਿਉਂਕਿ ਉਨ੍ਹਾਂ ਦਾ ਮੀਂਹ ਹਲਕਾ ਬੜਾ ਹੈ। ਸਾਡੇ

ਮੀਂਹ ਚ ਬੰਦਿਆਂ ਨੂੰ ਨਜ਼ਰ ਹੀ ਕੁਝ ਨਹੀਂ ਆਉਂਦਾ। ਜਿੱਥੇ ਦੋ ਜ਼ਬਾਨਾਂ ਦੇ ਗੱਲਾ ਰ਼ਲਦੀਆਂ, ਉੱਥੇ ਗੜਬੜ ਹੀ ਹੁੰਦੀ ਹੈ।

ਦੀਦ: ਅਸੀਂ ਗੱਲ ਚੰਦਨ ਤੇ ਨਾਲ ਹੀ ਨਵੀਂ ਪੰਜਾਬੀ ਕਵਿਤਾ ਦੀ ਕਰ ਰਹੇ ਹਾਂ। ਡਾਕਟਰ ਸਾਹਿਬ, ਤੁਸੀਂ ਦੱਸੋ ਕਿ ਉਹ ਕਿਹੜੇ ਐਲੀਮੈਂਟ ਨੇ, ਜੋ ਇਨ੍ਹਾਂ ਕਵਿਤਾਵਾਂ ਤੋਂ ਵੱਖਰੇ ਹਨ?

ਅੰਬਰੀਸ਼: ਮੈਨੂੰ ਤਾਂ ਲੱਗਦੈ ਜੋ ਨਵੀਂ ਪੰਜਾਬੀ ਕਵਿਤਾ ਹੈ, ਉਹਨੂੰ ਵੱਖਰੇ-ਵੱਖਰੇ ਕਵੀ ਹੀ ਅਪਣੇ ਤੌਰ 'ਤੇ ਸਮਝ ਸਕਦੇ ਨੇ ਕਿ ਉਹ ਵੱਖਰੇ ਕਿਵੇਂ ਹੋਏ। ਸੋ-ਕਾਲਡ ਨਵੇਂ ਪੰਜਾਬੀ ਕਵੀ ਜੋ ਬਹੁਤ ਘੱਟ ਨੇ, ਉਨ੍ਹਾਂ ਚੋਂ ਮੈਂ ਸਮਝਦਾ ਚੰਦਨ ਅੱਗੇ ਹੈ। ਪੰਜਾਬੀ ਦੇ ਬਹੁਤ ਸਾਰੇ ਕਵੀ ਇਕ ਲਾਈਨ ਲਿਖਣਗੇ, ਤਾਂ ਦੋ ਫੁਹੜੀਆਂ ਫੜਾ ਦੇਣਗੇ। ਜੇ ਇਕ ਕਵਿਤਾ ਚ ਤੀਹ ਲਫ਼ਜ਼ ਚਾਹੀਦੇ ਹਨ, ਤਾਂ ਉਨ੍ਹਾਂ ਇਕ ਸੌ ਲਫ਼ਜ਼ ਲਿਖੇ ਹੁੰਦੇ ਹਨ। ਪੰਜਾਬੀ ਚ ਉੱਲਾਰ ਹੋ ਕੇ ਲਿਖਣ ਦੀ ਰੁਚੀ ਹੈ। ਤੀਜੀ ਗੱਲ ਕੁਝ ਇਕ ਸਬਜੈਕਟ 'ਤੇ ਕਵੀ ਅਪਣੇ ਆਪ ਨੂੰ ਸੀਮਿਤ ਕਰ ਲੈਂਦੇ ਹਨ ਬਈ ਆਪਾਂ ਇਸ ਤਰਾਂ ਦੀ ਹੀ ਕਵਿਤਾ ਲਿਖਣੀ ਹੈ। ਕਊਏ ਬਾਰੇ ਅਨਪੋਇਟਿਕ ਵਿਸ਼ੇ ਬਾਰੇ ਵਧੀਆ ਨਜ਼ਮ ਲਿਖੀ। ਉਹਦੇ ਵਿਸ਼ਿਆਂ ਦੀ ਰੇਂਜ ਕਾਫ਼ੀ ਵਿਸ਼ਾਲ ਹੈ।

ਹਾਂਸ: ਅੱਗੇ ਤੁਸੀਂ ਇਸ਼ਕ ਤੇ ਲੁੱਟ-ਖਸੁੱਟ 'ਤੇ ਹੀ ਲਿਖ ਸਕਦੇ ਸੀ। ਹੁਣ ਸ਼ਾਇਰ ਥੋੜ੍ਹਾ ਜਿਹਾ ਹਿੱਲ ਕੇ ਪਰੇ ਜਿਹੇ ਹੋ ਕੇ ਲਿਖਦੇ ਹਨ। ਪਤਾ ਨਹੀਂ ਕਿਸ ਆਦਮੀ ਕਿਸ ਚੀਜ਼ 'ਤੇ ਲਿਖ ਦੇਣਾ, ਇਹੀ ਮੈਂ ਤਾਂ ਕਹਾਂਗਾ ਨਵਾਂਪਨ ਹੈ। ਬਾਕੀ ਉੱਲਾਰ ਵਾਲੀ ਗੱਲ – ਬਈ ਮੈਂ ਰੋਣ ਲੱਗਾ ਹਾਂ; ਭਾਵ ਕਿ ਜਿਹੜੇ ਬੰਦੇ ਦੇ ਭਾਵ ਹਨ, ਉਹ ਪਹਿਲਾਂ ਹੀ ਐਲਾਨ ਕਰ ਦਿੰਦੇ ਹਨ। ਚੰਦਨ ਚ ਬੜਾ ਨਵਾਂਪਨ ਹੈ।

ਅੰਬਰੀਸ਼: ਇਕ ਦੋ ਨਜ਼ਮਾਂ ਜੋ ਮੈਨੂੰ ਬਹੁਤ ਖ਼ੂਬਸੂਰਤ ਲੱਗੀਆਂ; ਜਿਵੇਂ 'ਭੋਗਾਵਸਥਾ' ਸੈਕਸ ਬਾਰੇ ਬਹੁਤ ਖ਼ੂਬਸੂਰਤ ਨਜ਼ਮ ਹੈ। ਹਾਲਾਂ ਕਿ ਇਹ ਸੈਕਸ ਬਾਰੇ ਹੀ ਨਹੀਂ। ਇਹ ਨਜ਼ਮ ਰਿਸ਼ਤਿਆਂ ਬਾਰੇ ਵੀ ਹੈ, ਰਿਸ਼ਤਿਆਂ ਤੋਂ ਅੱਗੇ ਬਾਰੇ ਵੀ ਹੈ। ਕੰਪਲੀਟ ਪੋਇਮ ਹੈ। ਪੜ੍ਹ ਕੇ ਐਂ ਲੱਗਦੈ ਬੰਦਾ ਇਸ ਵਿਚ ਸੋਧ ਨਹੀਂ ਕਰ ਸਕਦਾ। ਨਾ ਇਕ ਸ਼ਬਦ ਕੱਟਿਆ ਜਾ ਸਕਦਾ ਹੈ, ਨਾ ਪਾਇਆ ਜਾ ਸਕਦਾ ਹੈ। ਇਵੇਂ 'ਅਲਗੋਜ਼ੇ', ਕਿਸੇ ਪੰਜਾਬੀ ਕਵੀ ਨੇ ਮਿਉਜ਼ਕ ਬਾਰੇ ਐਸੀ ਖ਼ੂਬਸੂਰਤ ਨਜ਼ਮ ਨਹੀਂ ਲਿਖੀ; ਪਿਆਰ ਕਵਿਤਾਵਾਂ ਜਿਵੇਂ 'ਤੂੰ ਮੈਨੂੰ ਪਹਿਨ ਲੈ' ਤੇ 'ਤੂੰ'।

ਸ਼ਹਰਯਾਰ: ਹਾਂਸ ਸਾਹਿਬ ਐਂ ਨਹੀਂ, ਜਿਵੇਂ ਇਹਦੇ ਚ ਫ਼ਰਾਇਡ ਦਾ ਬਹੁਤ ਪ੍ਰਭਾਵ ਹੁੰਦਾ ਹੈ?

ਹਾਂਸ: ਫ਼ਰਾਇਡ ਵਾਲੀ ਗੱਲ ਨਹੀਂ ਹੈ। ਤੁਹਾਡੀਆਂ ਅੱਖਾਂ ਸਾਹਮਣੇ ਤੁਹਾਡੇ ਕੰਮਾਂ ਸਾਹਮਣੇ ਵਾਰ-ਵਾਰ ਕੀ ਸੁਣਦਾ ਹੈ। ਕਦੇ ਦੇਸ਼ ਭਗਤੀ ਸੁਣੀ ਹੈ। ਸੈਕਸ ਦੀ ਤੇ ਸੈਕਸੁਅਲ ਇਮੇਜਰੀ ਦਾ ਏਨਾ ਬਹੁਤਾ ਮਲਬਾ ਹੈ ਕਿ ਸਾਨੂੰ ਅਨੁਭਵ ਕਰਨਾ ਮੁਸ਼ਕਿਲ ਹੋ ਜਾਂਦਾ। ਇਹ ਕਹਾਣੀ ਆਦਮੀ ਦੇ ਅਨੁਭਵ ਦੀ ਹੈ। ਉਹਦਾ ਪ੍ਰਗਟਾਵਾ ਐਨਾ ਘੱਟ ਹੈ ਕਿ ਲਿੰਗ ਦੀ ਇਮੇਜਰੀ ਵੀ ਆ ਜਾਂਦੀ ਹੈ ਤੇ ਹੋਰ...

ਦੀਦ: ਪੰਜਾਬੀ ਵਿਚ ਬਹੁਤ ਸਾਰੀ ਕਵਿਤਾ ਪੰਜਾਬ ਸਮੱਸਿਆ ਬਾਰੇ ਲਿਖੀ ਗਈ, ਜਿਹੜੀ ਬਹੁਤੀ ਖਤਮ ਹੋ ਗਈ। ਇਸ ਕਿਤਾਬ ਚ ਪੰਜਾਬ ਸਮੱਸਿਆ ਬਾਰੇ ਦੋ-ਤਿੰਨ ਕਵਿਤਾਵਾਂ ਹਨ,

ਜੋ ਬਹੁਤ ਪਾਵਰਫੁੱਲ ਹਨ। ਗਦਰੀਆਂ ਦੇ ਗਦਰ ਦੀ ਕਵਿਤਾ ਪੰਜਾਬੀ ਚ ਬਹੁਤ ਘੱਟ ਹੈ। ਚੰਦਨ ਦੀਆਂ ਅੱਤਵਾਦ ਬਾਰੇ ਲਿਖੀਆਂ ਦੋ-ਤਿੰਨ ਕਵਿਤਾਵਾਂ ਵੀ ਸਾਂਭਣ-ਜੋਗੀਆਂ ਹਨ।

ਅੰਬਰੀਸ਼: ਚੰਦਨ ਦੀ ਕਵਿਤਾ ਦਾ ਸਟਾਈਲਿਸਟਕ ਪੱਖ ਇਹ ਹੈ ਕਿ ਉਹ ਲਫ਼ਜ਼ਾਂ ਨੂੰ ਬੜੀ ਕੰਜੂਸੀ ਨਾਲ ਵਰਤਦਾ ਹੈ। ਮੈਂ ਸਮਝਦਾ ਹਾਂ ਬਹੁਤ ਅੱਛੀ ਨਜ਼ਮ ਦੀ ਇਹ ਨਿਸ਼ਾਨੀ ਹੈ। ਉਸ ਤੋਂ ਜ਼ਿਆਦਾ ਪ੍ਰਭਾਵ ਸਾਡੇ ਪਿੱਛੇ ਛੱਡੇਗੀ, ਜਿਹੜਾ ਤੁਸੀਂ ਖ਼ੁਦ ਪੜ੍ਹੋਗੇ। ਉਹ ਸਾਦਗੀ ਚ ਡੁੱਬੀਆਂ ਗੱਲਾਂ ਕਰ ਜਾਂਦਾ ਹੈ, ਜਿਨ੍ਹਾਂ ਦਾ ਪਤਾ ਹੌਲੀ-ਹੌਲੀ ਲੱਗਦਾ ਹੈ ਕਿ ਉਹਦੇ ਕਈ ਹੋਰ ਡਾਈਮੈਨਸ਼ਨ ਪੈਦਾ ਹੋ ਜਾਂਦੇ ਹਨ...ਉਹ ਕਈ ਗੱਲਾਂ ਅਣਕਹੀਆਂ ਛੱਡ ਜਾਂਦਾ ਹੈ।

ਦੀਦ: ਤੁਹਾਡੇ ਕੋਲ ਰੀਵਿਊ ਲਈ ਨਵੀਂ ਸ਼ਾਇਰੀ ਦੀਆਂ ਕਵਿਤਾਵਾਂ ਆਉਂਦੀਆਂ ਹਨ, ਉਨ੍ਹਾਂ ਚ ਇਸ ਕਿਤਾਬ ਦੇ ਕੀ ਪ੍ਰਭਾਵ ਨੇ?

ਹਾਂਸ: ਮੈਂ ਸ਼ਾਇਰੀ ਦੀਆਂ ਕਿਤਾਬਾਂ ਪੜ੍ਹਦਾ ਪਾਗਲ ਹੋ ਜਾਂਦਾਂ। ਜੇ ਕੋਈ ਕਾਮਯਾਬ ਨਜ਼ਮ ਲੱਭ ਪਵੇ, ਤਾਂ ਫਿਰ ਮੇਰਾ ਦਿਮਾਗ ਥੋੜ੍ਹਾ-ਜਿਹਾ ਠੀਕ ਹੋ ਜਾਂਦਾ ਹੈ। ਚੰਦਨ ਦੀਆਂ ਦੋ ਚਾਰ ਨਜ਼ਮਾਂ ਨੇ ਮੇਰਾ ਦਿਮਾਗ ਠੀਕ ਕੀਤਾ ਹੈ।

ਦੀਦ: ਚੱਲੋ, ਪਹਿਲਾਂ ਸਾਨੂੰ ਪੰਜਾਬੀ ਕਵੀਆਂ ਚੋਂ ਵਧੀਆ ਕਵੀ ਦਾ ਨਾਂ ਲੈਣਾ ਮੁਸ਼ਕਿਲ ਹੁੰਦਾ ਸੀ। ਹੁਣ ਚੰਦਨ ਦੀ ਕਿਤਾਬ *ਜੜ੍ਹਾਂ* ਨੇ ਕੰਮ ਸੌਖਾ ਕਰ ਦਿੱਤਾ ਹੈ।

– *ਲਕੀਰ* -58. ਜੁਲਾਈ-ਸਤੰਬਰ 1996

ਭਗਵਾਨ ਸਿੰਘ ਜੋਸ਼
ਜਵਾਹਰ ਲਾਲ ਨਹਿਰੂ ਯੂਨੀਵਰਸਟੀ

ਵਿਚਾਰਧਾਰਾ ਤੋਂ ਮੁਕਤ ਕਵਿਤਾ: *ਜੜ੍ਹਾਂ*

੧

ਸੁਹਜਾਤਮਕ ਦ੍ਰਿਸ਼ਟੀਕੋਣ ਤੋਂ ਕਵਿਤਾ ਮੋਟੇ ਤੌਰ 'ਤੇ ਤਿੰਨ ਕਿਸਮ ਦੀ ਹੋ ਸਕਦੀ ਹੈ: ਅਭਿਆਸ ਦੀ ਕਵਿਤਾ, ਜ਼ਿਕਰ ਦੀ ਕਵਿਤਾ ਤੇ ਫ਼ਿਕਰ ਦੀ ਕਵਿਤਾ। ਜ਼ਾਹਿਰ ਹੈ, ਅਪਣੇ ਸਿਆਸੀ ਹਵਾਲੇ ਤੇ ਸਮੇਂ ਤੋਂ ਜਦੋਂ ਕੋਈ ਕਵਿਤਾ ਅੱਗੇ ਲੰਘ ਜਾਣ ਦੀ ਤਾਕਤ ਅਖ਼ਤਿਆਰ ਕਰ ਲੈਂਦੀ ਹੈ, ਤਾਂ ਉਸ ਵਿਚ ਸਮੁੱਚੀ ਮਨੁੱਖ ਜਾਤੀ ਦੀ ਹੋਣੀ ਦਾ ਚਿੰਤਨ ਹੁੰਦਾ ਹੈ। ਮੇਰੀ ਇਹ ਧਾਰਨਾ ਹੈ ਕਿ ਅੱਜ ਪੰਜਾਬੀ ਸਾਹਿਤ ਵਿਚ ਇਸ ਤਰ੍ਹਾਂ ਦੀ ਸ਼ਾਇਰੀ ਦੇ ਪੈਦਾ ਹੋਣ ਦੇ ਹਾਲਤ ਬਹੁਤ ਸਾਜ਼ਗਾਰ ਹਨ। ਪੰਜਾਬੀ ਵਿਚ ਪਹਿਲਾਂ ਵੀ ਇਜੇਹੀ ਫ਼ਿਕਰ ਦੀ ਸ਼ਾਇਰੀ ਲਿਖੀ ਗਈ ਹੈ; ਪਰ ਇਸ ਸਦੀ ਵਿਚ ਜ਼ਿਆਦਾ ਭਰਮਾਰ ਅਭਿਆਸ ਤੇ ਜ਼ਿਕਰ ਵਾਲੀ ਸ਼ਾਇਰੀ ਦੀ ਰਹੀ ਹੈ। ਇਸ ਦਾ ਕਾਰਣ ਮੈਂ ਇਹ ਸਮਝਦਾ ਹਾਂ ਕਿ ਖੱਬੇ-ਪੱਖੀ ਸਿਆਸਤ ਤੇ ਸਾਹਿਤ ਦਾ ਰਿਸ਼ਤਾ ਜ਼ਿਆਦਾ ਹੀ ਨਜ਼ਦੀਕੀ ਰਿਹਾ ਹੈ। ਅੱਗੇ ਚਲ ਕੇ ਮੈਂ ਇਹਦਾ ਵਿਸਤਾਰ ਨਾਲ ਚਰਚਾ ਕਰਾਂਗਾ। ਇਹ ਰਿਸ਼ਤਾ ਪਿਛਲੇ ਕੁਝ ਅਰਸੇ ਤੋਂ ਤਕਰੀਬਨ ਖ਼ਤਮ ਹੋ ਗਿਆ ਹੈ। ਪਰ ਪੰਜਾਬੀ ਸਾਹਿਤ ਸਚੇਤ ਤੇ ਅਚੇਤ ਤੌਰ 'ਤੇ ਖੱਬੀ ਸਿਆਸੀ ਲਹਿਰ ਤੋਂ ਵਿਚਾਰ-ਮੁਕਤ ਨਹੀਂ ਹੋਇਆ ਤੇ ਨਾ ਹੀ ਵਿਵਾਦ-ਮੁਕਤ।

ਵਿਚਾਰਧਾਰਾ ਤੋਂ ਮੁਕਤੀ ਦਾ ਮਤਲਬ ਵਿਚਾਰ ਤੋਂ ਮੁਕਤੀ ਨਹੀਂ ਹੁੰਦੀ। ਇਹਦਾ ਮਤਲਬ ਹੈ – ਪਹਿਲਾਂ ਤੋਂ ਨਿਰਧਾਰਿਤ ਦਿਸ਼ਾ ਨੂੰ ਸਵੀਕਾਰ ਕਰਨ ਤੋਂ ਇਨਕਾਰੀ ਹੋਣਾ। ਆਖ਼ਿਰ ਹਰ ਵਿਚਾਰਧਾਰਾ ਦਿਸ਼ਾ ਹੀ ਨਿਰਧਾਰਿਤ ਕਰਦੀ ਹੈ। ਇਸ Certainty ਨਿਸਚਿਤਤਾ ਦੀ ਫਹੁੜੀ ਨਾਲ ਚੱਲਿਆਂ ਰੋਜ਼ਾਨਾ ਜ਼ਿੰਦਗੀ ਦਾ ਗੁੰਝਲਦਾਰ ਰਸਤਾ ਸੌਖਾ ਲੱਗਣ ਲਗਦਾ ਹੈ। ਇੰਜ ਵਿਚਾਰ ਕਾਰੋਬਾਰੀ ਬਣ ਜਾਂਦਾ ਹੈ। ਐਰਿਕ ਫ਼ਰੋਮ ਨੇ ਕਿਹਾ ਸੀ ਕਿ ਆਜ਼ਾਦ ਹੋਣ ਦੀ ਪ੍ਰਕਿਆ ਬੜੀ ਗੁੰਝਲਦਾਰ ਹੁੰਦੀ ਹੈ। ਹਰ ਕੋਈ ਆਜ਼ਾਦੀ ਨਾਲ ਚਿੰਬੜੀਆਂ ਜ਼ਿੰਮੇਦਾਰੀਆਂ ਦੇ ਚੈਲਿੰਜ ਨੂੰ ਸਵੀਕਾਰ ਕਰਨ ਦੇ ਪਹਿਲਾਂ ਹੀ ਕਾਬਿਲ ਨਹੀਂ ਹੁੰਦਾ; ਇਹ ਕਾਬਿਲੀਅਤ ਗ੍ਰਹਿਣ ਕਰਨੀ ਪੈਂਦੀ ਹੈ। ਭਾਵੇਂ ਅਸੀਂ ਸਾਰੇ ਆਜ਼ਾਦੀ ਦੇ ਜਸ਼ਨ ਦੀ ਜੈ-ਜੈਕਾਰ ਕਰਦੇ ਹਾਂ, ਪਰ Fear of Freedom ਆਜ਼ਾਦੀ ਦਾ ਡਰ ਮਨੁੱਖ ਅੰਦਰ ਡੂੰਘਾ ਧਸਿਆ ਹੋਇਆ ਹੈ। ਭੈਭੀਤ ਬੰਦਾ ਬਹੁਤੀ ਵੇਰ ਅਪਣੀ ਹੋਣੀ ਦੇ ਫ਼ੈਸਲੇ ਹੋਰਨਾਂ 'ਸਿਆਣਿਆਂ' ਉੱਪਰ ਛੱਡ ਦਿੰਦਾ ਹੈ। ਫਿਰ ਵਿਚਾਰਧਾਰਾ ਦੀ ਨਿਸਚਿਤਤਾ ਤੋਂ ਬਿਨਾਂ ਦਿਸ਼ਾਹੀਨਤਾ ਦੇ ਡਰ ਨੂੰ ਰੋਕਣ ਲਈ ਜ਼ਿੰਮੇਦਾਰੀ ਦਾ ਅਹਿਸਾਸ ਖ਼ੁਦ ਅੰਦਰੋਂ ਪੈਦਾ ਕਰਨਾ ਪੈਂਦਾ ਹੈ। ਬਹੁਤ ਸਾਰੇ ਲੋਕ ਤੇ ਖ਼ਾਸ ਕਰਕੇ ਬੁਧੀਜੀਵੀ ਕਈ ਵਾਰੀ ਆਜ਼ਾਦੀ ਦੇ ਡਰ ਕਾਰਣ ਹੀ ਕਿਸੇ ਵਿਚਾਰਧਾਰਾ ਵਲ ਖਿੱਚੇ ਜਾਂਦੇ ਹਨ। ਇੰਜ ਜਦ ਮੁਕਤੀ ਦੇ ਰਾਹ ਦੀਆਂ ਦਾਅਵੇਦਾਰ ਸਿਆਸੀ ਪਾਰਟੀਆਂ ਅੰਦਰ ਆਜ਼ਾਦ ਸੋਚ ਰਖਣ ਵਾਲਿਆਂ ਦਾ ਬੋਲਬਾਲਾ ਨਹੀਂ ਰਹਿੰਦਾ, ਤਾਂ ਉਹ ਬਸ ਕੁਝ-ਕੁ 'ਸਿਆਣੇ ਆਦਮੀਆਂ' ਦੇ ਆਸਰੇ ਹੀ ਚਲਣ ਲਗਦੀਆਂ ਹਨ। ਰੂਸ ਵਿਚ ਜੋ ਕੁਝ ਵਾਪਰਿਆ ਹੈ, ਉਹਨੇ ਇਹ ਗੱਲ ਸਪੱਸ਼ਟ ਕੀਤੀ ਹੈ ਕਿ

ਕਿਵੇਂ ਹੌਲੀ-ਹੌਲੀ ਵਿਚਾਰਧਾਰਾ ਵਿੱਚੋਂ ਵਿਚਾਰ ਖ਼ਤਮ ਹੋ ਜਾਂਦਾ ਹੈ, ਜੋ ਕਿ ਵਿਚਾਰਧਾਰਾ ਦੀ ਸ਼ਕਤੀ ਦਾ ਮੂਲ ਸ੍ਰੋਤ ਹੁੰਦਾ ਹੈ। ਜਦ ਵਿਚਾਰਧਾਰਾ ਇੰਜ ਖੋਖਲੀ ਹੋ ਜਾਵੇ, ਤਾਂ ਉਸਤੋਂ ਮੁਕਤ ਹੋ ਕੇ ਵਿਚਾਰ ਵਲ ਜਾਤਰਾ ਜ਼ਰੂਰੀ ਹੋ ਜਾਂਦੀ ਹੈ। ਆਖ਼ਿਰ ਇਸ ਵਿਚਾਰ-ਮੰਥਨ ਵਿੱਚੋਂ ਹੀ ਨਵੀਂ ਵਿਚਾਰਧਾਰਾ ਜਨਮ ਲੈਂਦੀ ਹੈ। ਅੱਜ ਅਸੀਂ ਜਿਹੜਾ ਇਤਿਹਾਸਕ ਮੋੜ ਕਟ ਰਹੇ ਹਾਂ, ਉਹ ਖੋਖਲੀ ਵਿਚਾਰਧਾਰਾ ਤੋਂ ਮੁਕਤੀ ਅਤੇ ਵਿਚਾਰ ਵਲ ਜਾਂਦੇ ਰਸਤੇ ਦਾ ਮੋੜ ਹੈ।

ਮੇਰੇ ਖ਼ਿਆਲ ਵਿਚ ਅਮਰਜੀਤ ਚੰਦਨ ਦੀ ਕਿਤਾਬ *ਜੜ੍ਹਾਂ* ਦੀਆਂ ਕਵਿਤਾਵਾਂ ਨੂੰ ਇਸ ਹਵਾਲੇ ਨਾਲ ਵਾਚਣ ਦੀ ਲੋੜ ਹੈ। *ਜੜ੍ਹਾਂ* ਅਸਲ ਵਿਚ ਵਿਚਾਰਧਾਰਾ ਤੋਂ ਮੁਕਤ ਹੋ ਕੇ ਇਹਦੀਆਂ ਵਿਚਾਰਕ ਜੜ੍ਹਾਂ ਮੁੜ ਲਾਉਣ ਦੀ ਜਗਿਆਸਾ ਤੇ ਕੋਸ਼ਿਸ਼ ਹੈ। ਜਦ ਵੀ ਇਨਸਾਨ ਨੇ ਦੁੱਖ ਤੋਂ ਮੁਕਤੀ ਚਾਹੀ ਹੈ ਤੇ ਸੁੱਖ ਦੀ ਕਾਮਨਾ ਤੇ ਪ੍ਰਾਪਤੀ ਦਾ ਰਾਹ ਫੜਿਆ ਹੈ, ਤਾਂ ਅੰਤ ਵਿਚ ਉਹ ਵਿਚਾਰ ਵਲ ਹੀ ਮੁੜਦਾ ਰਿਹਾ ਹੈ। ਇਥੇ ਵਿਚਾਰ ਤੋਂ ਭਾਵ ਸੋਚ Thought ਤੋਂ ਨਹੀਂ, Meditation on Creative Energy ਤੋਂ ਹੈ। ਅਪਾਰ ਬੀਜ-ਸ਼ਕਤੀ ਨਾਲ ਲਾਈ ਬਿਰਤੀ ਵਾਰ-ਵਾਰ ਨਵ-ਜਨਮਾਂ ਦੀ ਦਾਤੀ ਬਣਦੀ ਹੈ; ਜੋ ਸਾਰੀਆਂ ਜੜ੍ਹਾਂ ਦੀ ਜੜ੍ਹ ਹੈ। ਇਸ ਕਿਤਾਬ ਦੀ ਪਹਿਲੀ ਕਵਿਤਾ ਹੀ ਬੀਜ ਤੇ ਜੜ੍ਹ ਦੇ ਆਪਸੀ ਰਿਸ਼ਤੇ ਬਾਰੇ ਹੈ; ਉਨ੍ਹਾਂ ਪਲਾਂ ਬਾਰੇ ਹੈ, ਜਦ ਕਿਸੇ ਵੀ ਸ਼ੈਅ ਦੇ ਜਨਮ ਦਾ ਮੁੱਢ ਬੱਝਦਾ ਹੈ – ਜਾਂ ਜਿਵੇਂ ਸਾਡੇ ਬਜ਼ੁਰਗ ਕਹਿੰਦੇ ਹੁੰਦੇ ਸਨ – ਮੋਹੜੀ ਗੱਡੀ ਜਾਂਦੀ ਹੈ। ਸ਼ਬਦ ਬੀਜ ਨੂੰ ਵੱਖ-ਵੱਖ ਹਾਲਤਾਂ ਤੇ ਹਵਾਲਿਆਂ ਵਿਚ ਵਰਤ ਕੇ ਕਵੀ ਵਾਰ-ਵਾਰ ਉਸ ਪਲ ਨੂੰ ਪ੍ਰੀਭਾਸ਼ਿਤ ਕਰਨ ਵਲ ਮੁੜਦਾ ਹੈ, ਜਦੋਂ ਤੇ ਜਿਥੇ ਅੰਕੁਰ ਫੁੱਟਦਾ ਹੈ। ਮਿਸਾਲ ਦੇਖੋ:

ਮੈਂ ਇਨ੍ਹਾਂ ਜੜ੍ਹਾਂ ਦਾ ਹੀ ਬੀਅ ਹਾਂ
ਕੁੱਖ ਵਿਚ ਡਿੱਗਿਆ ਉਸ ਮਿੱਟੀ ਮਾਂ ਦਾ ਬਾਲਕ ਹਾਂ
ਜੁਗ-ਜੁਗ ਜੀਣ ਵਾਲਾ
ਉਹਦੀਆਂ ਜੜ੍ਹਾਂ ਮੇਰੇ ਲਹੂ ਵਿਚ ਵਹਿ ਰਹੀਆਂ ਹਨ...

ਦੀਵੇ ਦੀ ਲੋਏ ਧਰੇਜਾ ਸੋਚਦਾ ਹੈ –
ਦੀਵੇ ਦਾ, ਇਸ ਮਿੱਟੀ ਦਾ, ਜੱਰੇ ਦਾ
ਬੀਅ ਕਿਸਨੇ ਬੀਜਿਆ ਸੀ ਸਭ ਤੋਂ ਪਹਿਲੇ

ਬਸ ਇੰਜ ਹੀ ਚੀਜ਼ਾਂ ਬਣਦੀਆਂ ਹਨ, ਬਣਦੀਆਂ ਰਹਿੰਦੀਆਂ ਹਨ ਤੇ ਕਾਇਨਾਤ ਦਾ ਸਬੱਬ ਬਣਦਾ ਹੈ।

ਸਭ ਤੋਂ ਵੱਡਾ ਘੁਮਾਰ ਤਾਂ ਰੱਬ ਹੈ
ਉਹਦੇ ਘੜਿਆਂ ਦੀ ਕੀ ਲੀਲਾ
ਵੇਲੇ ਦਾ ਚੱਕ ਘੁੰਮਦਾ ਰਹਿੰਦਾ
ਦੁੱਖਾਂ ਦੀ ਅਗਨੀ ਆਵੇ ਦੇ ਵਿਚ
ਖ਼ੂਹ ਦੀਆਂ ਟਿੰਡਾਂ ਪੱਕਿਆਂ ਕਰਦੀ
ਇਹ ਖੂਹ ਗਿੜਦਾ ਸਮੇਂ ਦਾ ਪਾਣੀ ਵਗਦਾ ਰਹਿੰਦਾ
ਸਿੰਜਦਾ ਰਹਿੰਦਾ ਜ਼ਿੰਦਗੀ ਦੇ ਖੇਤਾਂ ਨੂੰ

ਭਰਦਾ ਰਹਿੰਦਾ ਹਰ ਸੱਖਣ ਨੂੰ
ਜਿਸ ਵੀ ਰੂਪ ਸਮੋਵੇ ਉਹੋ ਹੀ ਜਾਂਦਾ ਸਮੇਂ ਦਾ ਪਾਣੀ

2.

ਜੜ੍ਹਾਂ ਦੀ ਕਵਿਤਾ ਦਾ ਵੇਰਵਾ ਦੇਣ ਤੋਂ ਪਹਿਲਾਂ ਮਾਉਵਾਦੀ ਨਕਸਲੀ ਲਹਿਰ ਦੇ ਥੋਹੜੇ ਵੇਰਵੇ ਦੀ ਲੋੜ ਹੈ, ਜਿਹਦੇ ਵਿੱਚੋਂ ਮੈਂ ਤੇ ਚੰਦਨ ਅਤੇ ਹੋਰ ਕਵੀ ਨਿਕਲੇ ਸੀ। ਇਸ ਗੱਲ ਬਾਰੇ ਸ਼ਾਇਦ ਆਮ ਸਹਿਮਤੀ ਹੈ ਕਿ ਪੰਜਾਬ ਵਿਚ ਤਰੱਕੀਪਸੰਦ ਸਿਆਸੀ ਲਹਿਰਾਂ ਤੇ ਸਾਹਿਤਕ ਪੈਦਾਵਾਰ – ਜੋ ਆਮ ਤੌਰ 'ਤੇ ਅਪਣੇ-ਆਪ ਵਿਚ ਲਹਿਰ ਸਮਝੀ ਜਾਂਦੀ ਹੈ – ਦਾ ਆਪਸੀ ਗੂੜ੍ਹਾ ਰਿਸ਼ਤਾ ਰਿਹਾ ਹੈ। ਬਹੁਤ ਸਾਰੇ ਲੇਖਕਾਂ ਦਾ ਕਮਿਊਨਿਸਟ ਲਹਿਰ ਨਾਲ ਜਾਂ ਤਾਂ ਸਿੱਧਾ ਰਿਸ਼ਤਾ ਰਿਹਾ ਹੈ, ਜਾਂ ਕੁਝ-ਕੁ ਦੂਰੀ ਦਾ। ਪਰ ਸ਼ਾਇਦ ਹੀ – ਸ਼ਾਇਦ ਸ਼ਿਵ ਕੁਮਾਰ ਨੂੰ ਛੱਡ ਕੇ – ਕੋਈ ਐਸਾ ਲੇਖਕ ਹੋਵੇ, ਜਿਹਨੇ ਅਸਿੱਧੇ ਤੌਰ 'ਤੇ ਖੱਬੇ-ਪੱਖੀ ਲਹਿਰ ਦੀਆਂ ਪ੍ਰਚਾਰੀਆਂ ਕਦਰਾਂ ਦਾ ਅਸਰ ਨਾ ਕਬੂਲ ਕੀਤਾ ਹੋਵੇ। ਇਹਦਾ ਅਸਰ ਦੋ-ਧਾਰੀ ਹੋਇਆ। ਜਿਥੇ ਕਿਸੇ ਲੇਖਕ ਨੇ ਸਾਹਿਤ ਤੇ ਸਿਆਸਤ ਦੇ ਸੰਬੰਧਾਂ ਦੀ ਪੇਚੀਦਗੀ ਨੂੰ ਸਮਝਦਿਆਂ ਵਕਤੀ ਸਿਆਸੀ ਲੋੜਾਂ ਤੋਂ ਹਟ ਕੇ ਰਚਨਾ ਕੀਤੀ, ਉਥੇ ਨਤੀਜਾ ਹੋਰ ਰਿਹਾ। ਮੋਹਨ ਸਿੰਘ ਦੀ ਸ਼ਾਇਰੀ ਵਿਚ ਕਈ ਐਸੀਆਂ ਕਵਿਤਾਵਾਂ ਹਨ, ਜੋ ਸਿਆਸੀ ਦੌਰ ਦੇ ਗੁਜ਼ਰ ਜਾਣ ਬਾਅਦ ਵੀ ਪੁਰਕਸ਼ਿਸ਼ ਹਨ। ਪਰ ਇਸ ਗੱਲ ਤੋਂ ਵੀ ਇਨਕਾਰ ਨਹੀਂ ਕੀਤਾ ਜਾ ਸਕਦਾ ਕਿ ਵਿਚਾਰਧਾਰਾ ਦੀ ਸੇਧ ਇਕ ਕਿਸਮ ਦੀ ਮਾਡਲ-ਕਵਿਤਾ ਦਾ ਪਹਿਲਾਂ ਹੀ ਘੜਿਆ-ਘੜਾਇਆ ਤਸੱਵਰ ਪੇਸ਼ ਕਰਦੀ ਹੈ। ਅਗਾਂਹਵਧੂ ਕਵਿਤਾ ਕੀ ਹੈ? ਕੀ ਲੇਖਕ ਅਗਾਂਹਵਧੂ ਹੋਣ ਦਾ ਟੈਸਟ ਪਾਸ ਕਰਦਾ ਹੈ; ਜਾਂ ਉਸਤੋਂ ਥਿੜਕ ਗਿਆ ਹੈ? ਇਹ ਸਵਾਲ ਰਚਨਾ ਕਰਦਿਆਂ ਲੇਖਕ ਨੂੰ ਪਤਾ ਹੁੰਦੇ ਸਨ ਕਿ ਕਿੱਥੋਂ ਉਹਨੂੰ ਮਾਨਤਾ ਮਿਲਣੀ ਹੈ। ਮਾਨਤਾ ਦੇਣ ਵਾਲੇ ਅਗਾਂਹਵਧੂ ਪਾਠਕਾਂ ਦੇ ਮਨਾਂ ਵਿਚ ਵੀ ਇਹੋ ਸਵਾਲ ਬਣੇ ਰਹਿੰਦੇ ਸਨ। ਇੰਜ ਕੁਝ-ਕੁ ਬੇਸਿਕ ਨੁਕਤਿਆਂ ਦੀ ਮਾਲ਼ਾ ਦੇ ਮਣਕਿਆਂ ਵਾਂਛ ਜੁੜ ਕੇ ਅਗਾਂਹਵਧੂ ਹੋਣ ਦੀ ਘੱਟੋ-ਘੱਟ 'ਤੇਤੀ ਪਰਸੈਂਟ' ਵਰਗੀ ਗੱਲ ਬਣ ਜਾਂਦੀ ਸੀ। ਜ਼ਾਹਿਰਾ ਤੌਰ 'ਤੇ ਇਹ ਨੁਕਤੇ ਕਿਹੜੇ ਹੁੰਦੇ ਸਨ – ਜ਼ੁਲਮ-ਤਸ਼ੱਦਦ ਦੀ ਗੱਲ ਤੇ ਇਹਦਾ ਵਿਰੋਧ, ਸਮਾਜੀ ਲੁੱਟ-ਖਸੁੱਟ ਦਾ ਜ਼ਿਕਰ, ਜਮਾਤੀ ਟਕਰਾਅ ਦਾ ਤਿੱਖੇ ਹੋਣਾ, ਸੋਨ-ਸਵੇਰਾ ਤੇ ਹੋਰ ਕਈ ਗੱਲਾਂ, ਜੋ ਇਨ੍ਹਾਂ ਟਾਹਣੀਆਂ 'ਤੇ ਪੱਤਿਆਂ ਵਾਂਙੂ ਲੱਗੀਆਂ ਹੁੰਦੀਆਂ ਸਨ। ਅਗਾਂਹਵਧੂ ਪਾਠਕ ਦੀ ਦਾਦ ਤੇ ਮਾਨਤਾ ਵਾਸਤੇ ਵੇਲੇ ਦੀ ਚੇਤਨਾ ਦੀ ਇਸ ਸੀਮਾ-ਰੇਖਾ ਦੇ ਅੰਦਰ ਚੇਤੰਨ ਤੌਰ 'ਤੇ ਰਹਿਣ ਦੀ ਲੇਖਕ ਦੀ ਮਜਬੂਰੀ ਹੁੰਦੀ ਸੀ। ਸ਼ਾਇਦ ਖੱਬੇ-ਪੱਖੀ ਸਿਆਸਤ ਤੇ ਸਾਹਿਤ ਦਾ ਇਹ ਆਪਸੀ ਗੂੜ੍ਹਾ ਰਿਸ਼ਤਾ ਮੁੱਖ ਤੌਰ 'ਤੇ ਪੰਜਾਬੀ ਪਾਠਕਾਂ ਕਰਕੇ ਹੀ ਸੀ, ਜਿਨ੍ਹਾਂ ਵਿੱਚੋਂ ਬਹੁਤਿਆਂ ਨੂੰ ਸਾਹਿਤ ਪੜ੍ਹਨ ਦੀ ਲਿਲ੍ਹ ਖੱਬੇ-ਪੱਖੀ ਸਿਆਸਤ ਦੇ ਅਸਰ ਹੇਠ ਆਉਣ ਕਰਕੇ ਹੀ ਲੱਗੀ ਸੀ। ਭਾਰਤੀ ਕਮਿਊਨਿਸਟ ਚਿੰਤਕ ਐੱਮ. ਐੱਨ. ਰਾਏ ਦੇ ਕਹਿਣ ਮੁਤਾਬਿਕ ਉਸ ਦੌਰ ਵਿਚ ਤਰਕ Reason, ਇਨਕਲਾਬ Revolution ਤੇ ਰੁਮਾਂਚਕਤਾ Romanticism ਅਜੀਬ ਮਿਲਗੋਭਾ ਬਣ ਗਏ ਸਨ। ਇਹਦੇ ਬਿੰਬਾਂ ਤੇ ਚਿੰਨ੍ਹਾਂ ਵਿਚ ਖੱਬੀ ਲਹਿਰ ਦੇ ਸਵੈਮਾਣ ਤੇ ਆਸ਼ਾਵਾਦ ਦਾ ਝੰਡਾ ਪੂਰੇ ਜ਼ੋਰ ਨਾਲ ਝੂਲ ਰਿਹਾ ਸੀ। ਪੈਂਡਾ ਬੜਾ ਔਖਾ ਸੀ; ਜ਼ੁਲਮ ਦਾ ਝੱਖੜ ਵੀ ਆਖ਼ਰਾਂ ਦਾ ਸੀ। ਇਨਕਲਾਬ ਦੂਰ ਜ਼ਰੂਰ ਸੀ, ਪਰ ਐਨਾ ਦੂਰ ਵੀ ਨਹੀਂ ਕਿ ਉਹਦਾ ਤਸੱਵਰ ਹੀ ਨਾ ਕੀਤਾ ਜਾ ਸਕੇ। ਇਸ ਦੌਰ ਵਿਚ ਚੰਗੀਆਂ ਥੋਹੜੀਆਂ ਤੇ ਸਤਹੀ ਪੱਧਰ ਦੀਆਂ ਬਹੁਤਿਆਂ ਕਵਿਤਾਵਾਂ ਕਹਾਣੀਆਂ ਲਿਖੀਆਂ ਗਈਆਂ। ਸੋਨ-ਸਵੇਰੇ ਦੀ ਤਾਂਘ ਸੀ, ਪਰ 'ਰਾਤ ਕਿਵੇਂ ਕੱਟੇ' ਵਲ ਧਿਆਨ ਕਿਸੇ ਦਾ ਨਹੀਂ

ਸੀ। ਇਹ ਸਵਾਲ ਹੀ ਰੰਗ ਵਿਚ ਭੰਗ ਪਾਉਣ ਵਾਲਾ ਜਾਂ ਸ਼ਰਾਰਤੀ ਕਿਸਮ ਦਾ ਸੀ। ਪਰ ਉੱਨੀ ਸੌ ਸੱਠਾਂ ਤੋਂ ਬਾਅਦ ਜਦ ਜਨਤਕ ਕਲਪਨਾ ਤੇ ਕਮਿਊਨਿਸਟ ਕਾਰਕੁੰਨਾਂ ਦੀ ਸੋਚ ਵਿਚ ਇਨਕਲਾਬ ਦਾ ਤਸੱਵਰ ਮੱਧਮ ਪੈਣ ਲਗ ਪਿਆ, ਤਾਂ ਲੇਖਕ ਦਾ ਆਸ਼ਾਵਾਦ ਵੀ ਡੋਲਣ ਲਗ ਪਿਆ। ਇਸ ਲਹਿਰ ਦੇ ਕਰੀਬੀ ਲੇਖਕਾਂ ਦੇ ਰਚਨਾਤਮਕ ਸਰੋਤ ਸੁੱਕਣ ਲੱਗੇ (*ਪਾਣੀ ਸੁੱਕ ਚੱਲੇ, ਸੁੱਕ ਚੱਲੇ... – ਮੋਹਨ ਸਿੰਘ*)। ਉਸੇ ਵਕਤ ਪ੍ਰਯੋਗਵਾਦ ਜੇਹੇ ਫੋਕੇ ਰੁਝਾਨ ਨੇ ਤਰੱਕੀਪਸੰਦ ਸਾਹਿਤ ਦੀ ਸਾਰਥਿਕਤਾ ਨੂੰ ਹੀ ਚੈਲੰਜ ਕਰਨਾ ਸ਼ੁਰੂ ਕਰ ਦਿੱਤਾ। ਨਕਸਲੀ ਲਹਿਰ ਦਾ ਇਹ ਪਿਛੋਕੜ ਸੀ।

ਅਸਲ ਵਿਚ ਭਾਰਤੀ ਇਨਕਲਾਬ ਦੇ ਏਜੰਡੇ ਤੋਂ ਲਹਿ ਜਾਣ ਦੇ ਕਾਰਣ ਬਾਹਰਮੁਖੀ ਸਨ, ਤੇ ਲੀਡਰਾਂ ਨੂੰ ਇਹਦਾ ਦੋਸ਼ ਦੇਣਾ ਬਣਦਾ ਨਹੀਂ ਸੀ। ਉਨ੍ਹਾਂ ਦਾ ਦੋਸ਼ ਇਹੀ ਸੀ ਕਿ ਉਨ੍ਹਾਂ ਆਗੂ ਹੋਣ ਦੇ ਨਾਤੇ ਇਨ੍ਹਾਂ ਬਾਹਰਮੁਖੀ ਕਾਰਣਾਂ ਨੂੰ ਸਮਝਣ ਤੇ ਸਮਝਾਉਣ ਲਈ ਕੋਈ ਰਚਨਾਤਮਕ ਖੇਚਲ ਨਹੀਂ ਸੀ ਕੀਤੀ। ਜੇ ਉਨ੍ਹਾਂ ਇਹ ਖੇਚਲ ਕੀਤੀ ਹੁੰਦੀ, ਤਾਂ ਹਜ਼ਾਰਹਾ ਨੌਜਵਾਨਾਂ ਨੂੰ ਨਕਸਲੀ ਲਹਿਰ ਵਿਚ ਅਜਾਈਂ ਕੁਰਬਾਨੀ ਦੇਣ ਤੋਂ ਬਚਾਇਆ ਸਕਦਾ ਸੀ। ਇਕ ਪਾਸੇ ਤਾਂ ਬਾਹਰਮੁਖੀ ਹਾਲਾਤ ਇਨਕਲਾਬ ਦੇ ਤਸੱਵਰ ਦੇ ਉਲਟ ਚਲ ਰਹੇ ਸਨ, ਤੇ ਦੂਜੇ ਪਾਸੇ ਨਵੀਂ ਪੀੜ੍ਹੀ ਇਨਕਲਾਬ ਲਿਆਉਣ ਲਈ ਉਨੀ ਹੀ ਕਾਹਲੀ ਤੇ ਬਜ਼ਿਦ ਸੀ। ਭਾਰਤੀ ਕਮਿਊਨਿਸਟ ਲਹਿਰ ਤੇ ਪੰਜਾਬ ਦੀ ਕਮਿਊਨਿਸਟ ਲਹਿਰ ਦੀ ਖੋਜ ਕਰਕੇ ਮੈਨੂੰ ਇਹ ਆਖਣ ਵਿਚ ਕੋਈ ਸੰਕੋਚ ਨਹੀਂ ਕਿ ਨਕਸਲਬਾੜੀ ਦੀ ਲਹਿਰ ਨਿਰਾ ਜਜ਼ਬਾਤੀ ਧਮਾਕਾ ਸੀ। ਇਸ ਵਿਚ ਸੋਚੀ-ਸਮਝੀ ਰਣਨੀਤੀ ਤੇ ਸਿਆਸਤ ਨਾ ਹੋਣ ਦੇ ਬਰਾਬਰ ਸੀ। ਇਹ ਜਿਹਾ ਮਾਹੌਲ ਕਵਿਤਾ ਲਿਖਣ ਦੇ ਵਧੇਰੇ ਅਨੁਕੂਲ ਹੁੰਦਾ ਹੈ। ਇਸ ਵਿੱਚੋਂ ਕਹਾਣੀ ਨਿਕਲਣ ਦੀ ਸੰਭਾਵਨਾ ਘਟ ਹੀ ਹੁੰਦੀ ਹੈ। ਇਹਦਾ ਮਾਨਸਿਕ ਸੰਸਾਰ ਨਾਵਲ ਰਚਣ ਲਈ ਲੋੜੀਂਦਾ ਬਹੁਆਕਾਰ ਪ੍ਰਦਾਨ ਕਰਨ ਦੇ ਸਮਰੱਥ ਨਹੀਂ ਹੁੰਦਾ। ਗੱਲ ਕੀ, ਅਗਾਂਹਵਧੂ ਲਹਿਰ ਵਾਂਗ ਇਸ ਲਹਿਰ ਦੇ ਅਸਰ ਹੇਠ ਵੀ ਅਭਿਆਸੀ ਤੇ ਜਿਕਰੀ ਕਵਿਤਾ ਦਾ ਮਾਡਲ ਤਿਆਰ ਹੋ ਗਿਆ; ਜਿਸ ਉੱਤੇ ਜੁਝਾਰਵਾਦੀ, ਇਨਕਲਾਬੀ ਤੇ ਰੋਹ ਦੀ ਕਵਿਤਾ ਵਰਗੇ ਠੱਪੇ ਲਾਏ ਗਏ। ਕਿਸੇ ਕਵੀ ਜਾਂ ਕਵਿਤਾ ਨੂੰ ਇਨਕਲਾਬੀ ਘੇਰੇ ਵਿਚ ਲਿਆਉਣ ਦਾ ਉਹ 'ਤੇਤੀ ਪਰਸੈਂਟ' ਵਾਲਾ ਫਾਰਮੂਲਾ ਅਤੇ ਪੰਜਾਬੀ ਬੋਲੀ ਦੇ ਸਾਰੇ ਖਾੜਕੂ ਸ਼ਬਦਾਂ ਤੇ ਮੈਟਾਫਰਾਂ ਦਾ ਇਨਕਲਾਬੀ ਪੈਮਾਨਾ ਤਿਆਰ ਹੋ ਗਿਆ। ਪਾਸ਼ ਤੇ ਹੋਰ ਕਵੀਆਂ ਦਾ ਕਾਫ਼ਿਲਾ ਖਾਲਸੇ ਦੇ ਖਾੜਕੂ ਵਿਰਸੇ ਵਲ ਤੁਰ ਪਿਆ। ਪਾਸ਼ ਦੀ ਚਲਾਈ ਸੰਬੋਧਨੀ ਸੁਰ ਵਾਲੀ ਕਵਿਤਾ ਉਹਦੀ ਖ਼ਾਸ ਪਛਾਣ ਬਣ ਗਈ। ਇਸੇ ਸੁਰ ਵਿਚ ਉਹਨੇ ਵਾਰਿਸ ਸ਼ਾਹ ਤੇ ਸ਼ੈਕਸਪੀਅਰ ਨੂੰ ਮੰਦਾ ਬੋਲਿਆ, ਤਾਂ ਮੈਂ ਲੇਖ ਲਿਖ ਕੇ ਉਹਦੇ ਇਸ ਸਿਧੜਪੁਣੇ ਵਲ ਧਿਆਨ ਦੁਆਇਆ, ਤਾਂ ਉਹਨੂੰ ਇਹ ਗੱਲ ਚੰਗੀ ਨਾ ਲੱਗੀ। ਜਮਾਤੀ ਦੁਸ਼ਮਣ ਨੂੰ ਮੁਖਾਤਿਬ ਕਵਿਤਾਵਾਂ ਦਾ ਹੜ੍ਹ ਆ ਗਿਆ; ਤੇ ਮੈਂ ਵੀ ਸ਼ਾਇਰ ਬਣ ਗਿਆ। ਮੇਰੀਆਂ ਕਵਿਤਾਵਾਂ *ਦਸਤਾਵੇਜ਼*, ਤੇ *ਲਕੀਰ* ਵਿਚ ਛਪੀਆਂ ਤੇ *ਆਰੰਭ* (ਸੰਪਾਦਕ: ਮੋਹਨਜੀਤ) ਕਿਤਾਬ ਵਿਚ ਵੀ, ਜੁਝਾਰ ਸਿੰਘ ਦੇ ਨਾਂ ਹੇਠ! ਭਾਸ਼ਾ ਬੰਦੂਕ ਵਾਂਗ ਵਰਤੀ ਜਾਣ ਲੱਗੀ। ਜੋ ਸ਼ਬਦ ਕਾਰਤੂਸਾਂ ਵਾਂਗ ਕਾੜ-ਕਾੜ ਨਹੀਂ ਸਨ ਕਰਦੇ, ਉਹ ਸਾਡੀ ਕਵਿਤਾ ਵਿੱਚੋਂ ਬੇਦਖਲ ਹੁੰਦੇ ਗਏ। ਤਿੰਨ-ਚਾਰ ਨਾਂ ਆਮ ਲਏ ਜਾਂਦੇ ਸੀ – ਪਾਸ਼, ਦਿਲ ਤੇ ਚੰਦਨ ਤੇ ਸੰਤ ਰਾਮ ਉਦਾਸੀ। ਵਿਦਰੋਹੀ ਕਵਿਤਾ ਦੇ ਜ਼ਿਆਦਾ ਦ੍ਰਿਸ਼ਟਾਂਤ ਪਾਸ਼ ਤੇ ਉਦਾਸੀ ਦੀ ਕਵਿਤਾ ਵਿੱਚੋਂ ਹੀ ਦਿੱਤੇ ਜਾਂਦੇ। ਇਨਕਲਾਬੀ ਕਵਿਤਾ ਦੀ ਪੈਂਠ ਬੰਨ੍ਹਣ ਵਾਲੇ ਆਲੋਚਕ ਨੂੰ ਚੰਦਨ ਦੀ ਕਵਿਤਾ ਵਿੱਚੋਂ ਲਟ-ਲਟ ਬਲਦੇ ਸ਼ਬਦ ਨਾ ਲਭਦੇ। ਚੰਦਨ ਤਾਂ ਉਦੋਂ ਵੀ ਅਪਣੀ ਕਵਿਤਾ ਵਿਚ ਅਪਣੇ ਬਚਪਨ ਦੀ ਟੁੱਟੀ ਸਲੇਟ ਦੀ ਗੱਲ ਕਰਦਾ ਸੀ। ਕਿਥੇ ਬੰਦੂਕ ਤੇ ਕਿਥੇ ਟੁੱਟੀ ਸਲੇਟ! ਇਹਦਾ ਨਾਂ ਤਾਂ ਇਨਕਲਾਬੀ

ਕਵੀਆਂ ਦੀ ਲਿਸਟ ਵਿਚ ਸ਼ਾਮਿਲ ਰਿਹਾ, ਪਰ ਇਹਦੀ ਕਵਿਤਾ ਦੇ ਇਨਕਲਾਬੀ ਹੋਣ ਬਾਰੇ ਸ਼ੱਕ ਬਣਿਆ ਰਿਹਾ। ਹੁਣ ਦੇਖਿਆਂ ਲੱਗਦਾ ਹੈ ਕਿ ਚੰਦਨ ਦੀ ਹਾਲਤ ਬੜੀ ਅਜੀਬ ਸੀ। ਇਹਨੇ ਆਪ ਇਨਕਲਾਬੀ ਕਵੀਆਂ ਤੇ ਉਨ੍ਹਾਂ ਦੀ ਕਵਿਤਾ ਨੂੰ ਪ੍ਰੋਮੋਟ ਕਰਨ ਲਈ ਬਹੁਤ ਕੰਮ ਕੀਤਾ, ਪਰ ਆਪ ਬਿਲਕੁਲ ਵੱਖਰੀ ਕਿਸਮ ਦੀ ਕਵਿਤਾ ਲਿਖਦਾ ਰਿਹਾ। ਐਸੀ ਕਵਿਤਾ ਜਿਹਨੂੰ 'ਤੇਤੀ ਪਰਸੈਂਟ' ਨੰਬਰ ਦੇ ਕੇ ਵੀ ਕੋਈ ਇਨਕਲਾਬੀ ਆਲੋਚਕ ਇਹਨੂੰ ਪਾਸ ਨਹੀਂ ਸੀ ਕਰਨਾ ਚਾਹੁੰਦਾ! ਉਸ ਵੇਲੇ ਵੀ ਜਦੋਂ ਇਹਨੇ ਇਨਕਲਾਬ ਨੂੰ ਅੰਨ੍ਹੇਰੀ ਨਾਲ ਤਸ਼ਬੀਹ ਦਿੱਤੀ, ਤਾਂ ਉਹਦੇ ਨੈਗੇਟਿਵ ਰੋਲ ਵਲ ਵੀ ਇਸ਼ਾਰਾ ਕਰ ਦਿੱਤਾ – *ਅੰਨ੍ਹੇਰੀ ਆਏਗੀ/ ਅਮਲਤਾਸ ਦੇ ਸੁਹਣੇ-ਸੁਹਣੇ ਫੁੱਲ ਝੜ ਜਾਣਗੇ...*। ਜਿਸ ਗੱਲ 'ਤੇ ਮੈਂ ਜ਼ੋਰ ਦੇਣਾ ਚਾਹੁੰਦਾ ਹਾਂ, ਉਹ ਇਹ ਹੈ ਕਿ *ਜੜ੍ਹਾਂ ਦੀਆਂ ਕਵਿਤਾਵਾਂ* ਦੀ ਝਲਕ ਇਹਦੀ ਪਹਿਲੀ ਕਿਤਾਬ *ਕੌਣ ਨਹੀਂ ਚਾਹੇਗਾ* ਵਿਚ ਵੀ ਮੌਜੂਦ ਹੈ। ਮਿਸਾਲ ਵਜੋਂ ਉਸ ਕਿਤਾਬ ਦੀ ਪਹਿਲੀ ਕਵਿਤਾ 'ਸ਼ਬਦ' ਪੜ੍ਹੋ:

ਇਹ ਸ਼ਬਦ ਮੇਰੇ ਬਜ਼ੁਰਗਾਂ ਦੇ ਸਫੀਰ
ਉਨ੍ਹਾਂ ਹੀ ਬਖ਼ਸ਼ਿਆ ਸੀ ਇਨ੍ਹਾਂ ਨੂੰ ਵਰ ਜ਼ਿੰਦਗਾਨੀ ਦਾ
ਉਨ੍ਹਾਂ ਹੀ ਭੈ-ਰਹਿਤ ਮਨਾਂ
ਉੱਚੇ ਉੱਠੇ ਸਿਰਾਂ ਵਰਗੇ ਅਰਥ ਦਿੱਤੇ ਸਨ –
ਜਾਪ ਦੇ ਸ਼ਬਦਾਂ ਵਾਂਗ ਜਿਨ੍ਹਾਂ ਦਾ ਅਰਥ ਇੱਕੋ ਹੈ

ਹਾਲਾਂਕਿ *ਜੜ੍ਹਾਂ ਦੀਆਂ ਕਵਿਤਾਵਾਂ* ਵਾਲੀ ਵਿਸ਼ਾਲਤਾ; ਭਾਸ਼ਾ ਦੀ ਸੋਚੀ-ਸਮਝੀ ਸੰਜਮਤਾ, ਚੋਣ ਤੇ ਤਰਾਸ਼ਪਨ; ਵਰਤਮਾਨ ਤੋਂ ਭਵਿਖ ਵਲ ਜਾਣ ਲਈ ਬੀਤੇ ਸਮੇਂ ਵਿੱਚੋਂ ਬਹੁਤ ਕੁਝ ਸਵੀਕਾਰ ਕਰਕੇ ਤੇ ਸਾਂਭ ਕੇ ਉਹਨੂੰ ਅੱਗੇ ਤੋਰਨ ਦੀ ਸੋਝੀ ਬਿਲਕੁਲ ਨਿਆਰੀ ਹੈ। ਅਪਣੀ ਹੋਂਦ ਦੀ ਉਸ ਪੱਧਰ 'ਤੇ ਪਛਾਣ – ਜਿਥੇ ਉਹ ਪੰਜਾਬੀ ਬੋਲੀ ਤੇ ਕਲਚਰ ਨੂੰ ਅਚੇਤ ਹੀ ਸਿੰਜਦੀ ਰਹਿੰਦੀ ਹੈ – ਦੇ ਸਚੇਤ ਤੇ ਵਿਆਪਕ ਚਿੰਤਨ ਨੇ ਇਨ੍ਹਾਂ ਕਵਿਤਾਵਾਂ ਨੂੰ ਇਜੇਹੀ ਡੂੰਘਾਈ ਬਖ਼ਸ਼ੀ ਹੈ, ਜੋ ਨਜ਼ਰ ਆਉਂਦੀ ਸਾਧਾਰਣ ਪੰਜਾਬੀ ਵਿਚ ਰਚੀ ਹੋਈ ਕਵਿਤਾ ਵਿਚ ਹੈ; ਖ਼ਾਸ ਕਰਕੇ ਸੂਫ਼ੀ ਕਾਵਜ ਵਿਚ। ਬਾਬਾ ਫ਼ਰੀਦ ਅਤੇ ਗੁਰੂਆਂ ਤੇ ਭਗਤਾਂ ਦੀ ਬਾਣੀ ਨਾਲ ਕਿਧਰੇ ਨਾ ਕਿਧਰੇ ਤੰਦ ਜੋੜਨ ਦਾ ਸਚੇਤ ਯਤਨ ਹੈ। *ਜੜ੍ਹਾਂ* ਦੀਆਂ ਕਵਿਤਾਵਾਂ ਵਿਚ ਉਹ ਅਧਿਆਤਮਕ ਅੰਸ਼ ਵੀ ਰਲਿਆ ਹੈ, ਜੋ ਚੰਦਨ ਦੀ ਪਹਿਲਾਂ ਦੀ ਕਵਿਤਾ ਵਿਚ ਨਹੀਂ ਸੀ। ਕਵੀ ਨੇ ਪਰੰਪਰਾ ਨਾਲ ਜੁੜ ਕੇ, ਉਹਦੀ ਵਡਿਆਈ ਨੂੰ ਸਮਝ ਕੇ ਅਪਣੀ ਆਧੁਨਿਕਤਾ ਨੂੰ ਨਵੀਂ ਸਹਿਜਤਾ ਪ੍ਰਦਾਨ ਕੀਤੀ ਹੈ।

ਆਸਮਾਨ ਦੇ ਚੰਦੋਏ ਹੇਠ ਸਾਰੀ ਖੇਡ ਵਰਤ ਰਹੀ ਹੈ –
ਬਾਜ਼ੀਗਰ ਜੌਹਰ ਦਿਖਾ ਰਿਹਾ ਹੈ
ਹੋਣੀ ਦਾ ਢੋਲ ਵੱਜਦਾ ਹੈ
ਕੋਈ ਠਾਕਰਦੁਆਰੇ ਸੰਖ ਪੂਰਦਾ ਹੈ
ਧਰਤੀ ਪਰ੍ਹੇ ਹੋਰ ਪਰ੍ਹੇ ਹੋ ਰਹੀ ਹੈ

***

ਜਨਮ ਜਨਮ ਤੋਂ ਸਿੱਖਾ ਦੇ ਵਣ ਕਾਉਂਦਾ ਮਨ ਸਾਂਵਰਾ
ਸੱਖਣ ਵਿਚ ਸਿਰ ਭਾਰ ਲਟਕੰਦਾ

ਹੱਥ ਪਸਾਰਾਂ ਕੁਛ ਨਜ਼ਰ ਨਾ ਆਉਂਦਾ
ਤੱਕਣਾ ਚਾਹਵਾਂ
ਗਿਆਨ ਦਾ ਪਰਦਾ ਅੱਗੇ ਆਉਂਦਾ

***

ਉਹ ਕੱਲਿਆਂ ਦਾ ਕੱਲਾ ਵੀ ਹੈ ਨਹੀਂ ਇਕੱਲਾ
ਇਕਲਾਪੇ ਤੋਂ ਡਰ ਕੇ ਤਾਂਹੀਓਂ ਉਸਨੇ ਸਾਰੀ ਰਾਸ ਰਚਾਈ
ਸ਼ਬਦ ਸਾਜਿਆ ਸਿਮਰ ਮਨਾਈ

ਕੌਣ ਹੈ ਮੈਨੂੰ ਖੇਡ ਰਿਹਾ?
ਜੇ ਉਹ ਹੁੰਦਾ ਸਰਬਗਿਆਤਾ
ਅਲ-ਅਲੀਮ ਮਹਾਖਿਲਾੜੀ
ਇਹ ਘਾਟੇ ਦੀ ਖੇਡ ਨਾ ਕਦੇ ਰਚਾਉਂਦਾ
ਬਾਲ ਅਵਾਣਾ ਨਿਸਦਿਨ ਮੈਨੂੰ ਖੇਡ ਰਿਹਾ ਹੈ

ਜੜ੍ਹਾਂ ਦੀਆਂ ਕਵਿਤਾਵਾਂ ਵਿਚ ਪਰਵਾਸੀ ਦੀ ਜ਼ਿੰਦਗੀ ਦੇ ਦੁੱਖ ਦਾ ਜ਼ਿਕਰ ਤਾਂ ਹੈ, ਪਰ ਉਦਰੇਵਾਂ ਕਿਤੇ ਨਹੀਂ ਹੈ। ਪਰਵਾਸੀ ਨਵੀਂ ਪੀੜ੍ਹੀ ਨੂੰ ਦਰਪੇਸ਼ ਦੁਵਿਧਾ ਤੇ ਉਨ੍ਹਾਂ ਦੇ ਦ੍ਰਿਸ਼ਟੀਕੋਣ ਨੂੰ ਸਮਝਣ ਦਾ ਜਤਨ ਜ਼ਰੂਰ ਹੈ। 'ਕਲਾਮ ਵਲੈਤੀ ਮੁੰਡੇ ਦਾ ਅਪਣੇ ਬਾਪ ਨਾਲ' ਤੇ 'ਪਰਦੇਸੀਆਂ ਦਾ ਗੀਤ' ਉਸ ਚਕ੍ਰਵਿਯੂਹ ਨੂੰ ਸਾਕਾਰ ਕਰਦੀਆਂ ਕਵਿਤਾਵਾਂ ਹਨ, ਜਿਸ ਵਿਚ ਦੋ ਪੁਸ਼ਤਾਂ ਗੁਆਚੀਆਂ ਹੋਈਆਂ ਹਨ। ਜੇ ਰੱਬ ਨੇ ਅਪਣੇ ਇਕਲਾਪੇ ਨੂੰ ਦੂਰ ਕਰਨ ਲਈ ਸਾਰੀ ਸ੍ਰਿਸ਼ਟੀ ਸਾਜੀ; ਉਹ ਹਰ ਥਾਂ ਹੈ, ਪਰ ਫਿਰ ਵੀ ਇਕੱਲਾ ਹੈ; ਤਾਂ ਕਵੀ ਨੂੰ ਅਪਣੀ ਇਕੱਲਤਾ ਦਾ ਕਾਹਦਾ ਡਰ? ਉਹਦਾ ਉਦਰੇਵਾਂ ਕਾਹਦਾ, ਜੋ ਹੈ ਹੀ ਮਨੁੱਖ ਦੀ ਹੋਣੀ, ਜੋ 'ਉਹਦੀ' ਰਚਾਈ ਖੇਡ ਵੀ ਹੈ। ਗੌਰ ਨਾਲ ਦੇਖਿਆ ਜਾਵੇ, ਤਾਂ ਇਸ ਅਧਿਆਤਮਕ ਤੰਦ ਨੇ ਇਨ੍ਹਾਂ ਕਵਿਤਾਵਾਂ ਦੇ ਸਮੁੱਚੇ ਰੂਪ ਤੇ ਉਹਦੇ ਵਿਸ਼ੇ ਨੂੰ ਪ੍ਰਭਾਵਿਤ ਕੀਤਾ ਹੈ। ਅਧਿਆਤਮਕ ਸਹਿਜਤਾ ਦੇ ਇਸ ਅੰਸ਼ ਸਦਕਾ ਕਵੀ ਦੇ ਜਜ਼ਬਾਤ ਵਿਚ Compassion ਦਾ ਜਜ਼ਬਾ ਸ਼ਾਮਿਲ ਹੋਇਆ ਹੈ। ਪਰ ਇਹ ਅਧਿਆਤਮਕ ਅੰਸ਼ ਕਵੀ ਦੇ ਕਾਮ Sensuality and eroticism ਦੇ ਬੇਝਿਜਕ ਇਜ਼ਹਾਰ ਨਾਲ ਤਕਰੀਬਨ ਅਭੇਦ ਹੋ ਕੇ ਚੱਲਦਾ ਹੈ। 'ਮੋਰ' ਤੇ 'ਨਾਚ' ਵਰਗੀਆਂ ਕਵਿਤਾਵਾਂ ਵਿਚ ਕੁਦਰਤ ਨੂੰ ਇੰਜ ਮਹਿਸੂਸ ਕਰਨ ਦੀ ਕੋਸ਼ਿਸ਼ ਹੈ, ਜਿਵੇਂ ਕਦੇ ਮਨੁੱਖ ਤਹਿਜ਼ੀਬ ਦੀ ਬਾਲ-ਵਰੇਸ ਵਿਚ ਮਹਿਸੂਸ ਕਰਦਾ ਹੋਵੇਗਾ।

ਇਸ ਕਿਤਾਬ ਦੀਆਂ ਪ੍ਰੇਮ ਕਵਿਤਾਵਾਂ ਬੇਮਿਸਾਲ ਹਨ। ਇਨ੍ਹਾਂ ਦੀ ਚਰਚਾ ਵੱਖਰੇ ਲੇਖ ਤੋਂ ਬਿਨਾਂ ਨਹੀਂ ਹੋ ਸਕਦੀ। ਜਿਸਮਾਨੀ ਵਸਲ ਦੀ ਇਹ ਸ਼ਾਇਰੀ ਦਰਅਸਲ ਜਿਸਮ ਤੋਂ ਪਾਰ ਦੇ ਤਜਰਬੇ ਦੇ ਅਹਿਸਾਸ ਨੂੰ ਭਾਸ਼ਾ ਦੇ ਜਾਲ ਵਿਚ ਮੱਛੀ ਵਾਂਙ ਪਕੜ ਲੈਣ ਦੀ ਕੋਸ਼ਿਸ਼ ਹੈ। ਚੰਦਨ ਨੇ ਇਸ ਗੱਲ ਵਲ ਖ਼ਾਸ ਧਿਆਨ ਦਿੱਤਾ ਹੈ ਕਿ ਹਰ ਅਹਿਸਾਸ ਦਾ ਅਪਣਾ ਅੰਦਰੂਨੀ ਬਹੁਪਰਤੀ, ਪੇਚੀਦਾ ਤੇ ਭੇਤ-ਭਰਿਆ ਤਾਣਾਬਾਣਾ ਹੁੰਦਾ ਹੈ। ਕਵੀ ਨੇ ਭਾਸ਼ਾ ਦੀਆਂ ਟਿੰਡਾਂ ਨਾਲ ਜ਼ਿੰਦਗੀ ਦੇ ਖੂਹ ਵਿੱਚੋਂ ਨਿਰਮਲ ਤੇ ਸੰਜੀਵਨ ਜਲਧਾਰਾ ਵਹਾਈ ਹੈ। ਇੰਜ ਉਦੋਂ ਹੀ ਸੰਭਵ ਹੁੰਦਾ ਹੈ, ਜਦੋਂ ਇਨਸਾਨ ਵਿਚਾਰਧਾਰਾ ਤੋਂ ਮੁਕਤ ਹੋ ਕੇ ਅਪਣੀ ਸੇਧ ਦੀ ਨਿਸ਼ਾਨਦੇਹੀ

ਖ਼ੁਦ ਅਪਣੇ ਹੀ ਤਜਰਬੇ ਦੇ ਆਧਾਰ 'ਤੇ ਅਪਣੀ ਹੋਂਦ ਨੂੰ ਪ੍ਰਤੱਖ ਕਰਨ ਖ਼ਾਤਿਰ ਕਰਦਾ ਹੈ। 'ਤ੍ਰਿਕਾਲ ਸੰਧਿਆ' ਕਵਿਤਾ ਅਜੋਕਾ ਇਤਿਹਾਸਕ ਦੌਰ ਹੈ। ਇਸ ਪਲ ਦੀਆਂ ਸੰਭਾਵਨਾਵਾਂ ਅਸੀਮ ਹਨ। ਐਸੇ ਵਿਆਪਕ ਆਸ਼ਾਵਾਦ ਤੇ ਨਵ-ਅੰਤਰਰਾਸ਼ਟਰਵਾਦ ਦੇ ਦਰਸ਼ਨ ਧਿਆਨ ਦੀ ਧਰਤੀ 'ਤੇ ਉਤਰ ਕੇ ਹੀ ਹੁੰਦੇ ਹਨ। ਇਸ ਤਰ੍ਹਾਂ ਦੇ ਆਸ਼ਾਵਾਦ ਨੂੰ ਇਟਾਲਵੀ ਮਾਰਕਸੀ ਸੋਚਵਾਨ ਗਰੈਮਸ਼ੀ ਨੇ 'ਬੋਧਿਕ ਨਿਰਾਸਤਾ ਹੇਠ ਲੁਕਿਆ ਮਨੁੱਖੀ ਸਿਰੜ ਦਾ ਆਸ਼ਾਵਾਦ' Pessimism of intellect but optimism of will ਆਖਿਆ ਸੀ।

•

ਭਗਵਾਨ ਸਿੰਘ ਜੋਸ਼ (ਜਨਮ 1950) ਨੇ ਪੰਜਾਬ ਦੀ ਕਮਿਊਨਿਸਟ ਲਹਿਰ ਤੇ ਭਾਰਤੀ ਕੌਮੀ ਲਹਿਰ ਦੀ ਡੂੰਘੀ ਖੋਜ ਕੀਤੀ ਹੈ ਅਤੇ ਜਵਾਹਰ ਲਾਲ ਨਹਿਰੂ ਯੂਨੀਵਰਸਟੀ ਵਿਚ ਇਤਿਹਾਸ ਦੇ ਪ੍ਰੋਫ਼ੈਸਰ ਰਹੇ ਹਨ. ਇਨ੍ਹਾਂ ਨੇ ਇਹ ਲੇਖ ਸਕੂਲ ਆੱਵ ਓਰੀਐਂਟਲ ਐਂਡ ਐਫ਼ਰੀਕਨ ਸਟੱਡੀਜ਼, ਲੰਦਨ ਯੂਨੀਵਰਸਟੀ ਵਿਚ ਅਪਣੇ ਕਿਆਮ ਦੌਰਾਨ ਲਿਖਿਆ ਸੀ ਤੇ ਪੰਜਾਬੀ ਲੇਖਕ ਸਭਾ ਡਰਬੀ, ਇੰਗਲੈਂਡ ਦੇ ਜੋੜਮੇਲੇ ਵਿਚ 28 ਸਤੰਬਰ 1996 ਨੂੰ ਪੜ੍ਹਿਆ ਸੀ.

125

❦

Gurinder Singh Mann
Columbia University

Jarhān: A Major Landmark

This book's pitch black jacket with its insert window that reproduces the photograph 'Urn and the Shadows' provides a striking introduction to the poetic imagination as it unfolds in eighty-four poems (a potent number in the Indian context). The visual representation parallels Amarjit Chandan's attempt to create a verbal urn (*kumbh*) whose function is to hold the experiential components out of which it is actually created (*kumbhe badha jalu rahe jalu binu kumbhu na hoi*, Adi Granth, against the background of an overpowering darkness that the poet feels obliged to salute (*namskar andhkar, andhkar namskar*).

By printing the word *Jarhãn* in green ink on the jacket, Chandan is also making a statement about the life and vitality of his own personal roots, and this issues deserves our attention. A search for one's roots is usually born out of a crisis situation, and this is what happened in Chandan's case. He was uprooted in the 1970s from the Punjab, where he had emerged as an important poetic voice and a political activist with a Marxist orientation. In the following decade, Chandan landed in London, a culturally alien environment that was also one of the most vibrant centres of Western capitalism. These poems in many ways are milestones along the way in Chandan's search for his roots, and can be interpreted in the context of his personal history.

In the opening section, he introduces us to the darkness that pervades his mind and his efforts to find sustenance. In the second section, beginning with *Ma Boli* (The Mother-tongue), he successfully locates his roots in the cultural and spiritual context of the Punjab and celebrates the self-enlightenment that results. By way of conclusion, three poems representing his political views on Punjabi issues are appended.

The book begins with two poems in which Chandan attempts to reconstruct his family lineage (*vel*). The time collapses and Chandan meets his originator face to face: in some ways he feels that although continuing the tradition of creation, his urns of words are different from those of mud and clay of his ancestors, and his purpose for writing these poems is to situate himself and his literary predecessors within the paradigm of creation.

Chandan is aware of the problems that beset him in this enterprise. To express his experience in the thirty-five/ fifty-two letters of his language is undoubtedly hard (*na paintee na bāvan akhari vich samāndi/ lakkh chavan na dassi jandi*). But his hopelessly idealistic political vision, and the metaphysical despair of the drama of life (*je oh hunda sarab giaita/al-alim maha khilarhi/ eh ghate di khed na kade rachaunda*) are not helpful either.

Chandan's attempts to console himself in his present situation with thoughts that he is not alone and his rich store of memories can sustain him, seems like wishful thinking. The poems *Thames Kandhe* (At the banks of the Thames) and *Covent Garden London* portray the poet's sense of deep isolation in a relatively hostile landscape. His efforts to communicate with his female partner do not work. In addition to the basic linguistic barrier, there is a complete absence of any shared sense of significance. The foundational question for the poet in 'the game of loss' is dismissed by his partner with 'I do not know',– and perhaps do not care either.

Any attempts on the part of the poet to overcome these hurdles and establish an emotional communication with his European partner – even at the basic human level – are thwarted by the glaring blue lights of the signboards above and the hooting of the ships below, the two potent symbols of London's commerce. The poets' attempt to see himself in the image of God (*jiun sagal srishati sajanh vale hoie*) is lost in the noise of the magic show all around him.

Next, we have a set of poems beginning with the *Nach* (Dance), where Chandan tries to fully capture the boredom and the inner erosion of his self, on daily, weekly, and annual cycles of time: *Saver* (Morning), *Dupaihar* (Noon), *Raat* (Night); *Somvar Savere* (Monday Morning), *Shukarvar* (Friday); and *13 November 1994*. The essence of all this is a complete dissolution of identity, and the anguish that becomes unbearable on his birthday (*benam vi jind nu pirh ke rakhia*).

At this point, Chandan the poet reaches a new and higher level of realization. His identity has to be located in Punjabi culture. The culture he sucked from the breast of his mother, imbibed from the guidance of his father, and breathed from the Punjabi landscape. His mother-tongue is the only effective medium through which he can grasp experience. It is in Punjabi that he hears the flow of blood in the veins of his partner (*man boli vich/. . . uhde narhin vagde lahu di dharhkanh sunhdi*), and, above all, it is Punjabi that connects him to his cultural and spiritual heritage (*man boli vich/mirze hiran alakh jagavan/ man boli vich/ shabad guran de parian gavanh/ sabh kujh sirje binse man boli hi*).

The poet and his mother-tongue thus come together to give shape to his experiences in an alien land. Chandan beautifully expresses the dreams that he landed with in London (*deson chal ke London utre/ jebin san tin khab/pahila khab si ghar da mittha/ duja ucchi jab/ tija khab si put dhian da fasia vich azāb*), the bitter reality of racism, and the response it elicits (*chhokarvadha galan kadhada: paki kala kanjar/. . . paki to phir panki banh ke/badle apanhe nem/ Gurpal to Gary bangei/ Sarbjit to Sam*).

Having come to this realization, Chandan seems to make peace with himself. Even in London, he has successfully recreated a Punjabi landscape of the interior, and is willing to live happily with it. When walking besides the Thames, his inner eye sees only the Punjab, which he later expresses in Punjabi images and metaphors. Chandan celebrates the music of the language (*denh vadhaian/ sakhian aian/ pi ghar aia/ khushian chhain*); dotes on its spiritual heritage by echoing the words of the Sikh Gurus (*kavanhu su janam da kihrha nata/ bhed kade na paunha, aau subhagi nindarhie ...*); and those of the Sufi saints (*ese na si lekh lakhaie/*

hoia ki menu samajh na aie); recreates the Punjabi humor and rustic rhyme characteristic of Jallanh (*kot nachhatar gah ke men us uto latha/ us apanha sir meri chhati par rakha*); reproduces Punjabi generic forms ('*Pash da Marsia*'); and reminds us of special Punjabi symbols associated with waiting ('*Aunsian*').

Chandan's language now expresses the core of his being as it bursts forth with all the energy of the Punjabi landscape (*nadi paharho utre/ na murh ke jai/ uh tan chhalan mardi val sagar dhaey*). The description is in direct contrast to the static images relating to the Thames, and limited attempts at conversations we find there. Suddenly there is light, and the earlier salutations to darkness change into a victory for life (*jai jivan jai jivan gaun*a*). It is important to see that Chandan, in his zest for life, is willing to modify the tradition of sacrifice and militancy he has inherited from his Punjabi/Sikh culture.

In the recapturing of his cultural identity, one sees the heights to which Chandan's imagination can soar. '*Pardesian da Geet*' (Song of the Aliens) will remain a masterpiece of its genre. I doubt if any Punjabi of my generation who lives overseas can listen to this song without a tear coming to his or her eyes. The rhythms and visual images of the Punjab reconstructed in this song are a deeply valued treasure of all for all of us who grew up there in the 1960s. The *parola* (a whitish clay) covered cornices may not exist anymore, but this poetic recreation of the Punjabi landscape is a singular achievement on Chandan's part.

The book reconstructs the struggle of an uprooted poet, and the eventual peace he makes with himself which results in a set of beautiful poems that blend an intellectual understanding of the agony of an immigrant (symbolised by the dark backdrop on the jacket of the book), and a deeply felt and alive understanding of the Punjabi cultural heritage (the green ink of the title).

The suffering that runs through these poems is powerfully expressed in the dance of a caged Peacock (*jungle vich pel pai sarian ne dekhi/ nale nachada riha, nale jhurda riha*). Chandan's painful dance within the cage of an alien land rises above his personal predicament, however, to capture the pain of a whole generation of Punjabis living overseas. They too are all part of this dance and need Chandan's poetic mind to render their own pain into a beautiful and rich cultural idiom. Is there any Punjabi far away from the land of his or her birth who will not identify with the experience at the heart of these poems and be pierced with Chandan's helpless cry about the predicament of the Punjabis living overseas (*saveran de bhulle hunh kithe javange/ jihrhe janhde si oh vi anjanh ho gai*)?

In my view this book is a major landmark and will secure its author a definite place of honour in Punjabi literature. I foresee much more to come; the peace Chandan has attained bodes well. Chandan must continue his dance in a self-created cage – like all first-generation immigrants – and I personally look forward to the opportunity to read more of his cathartic 'grouses' (*jhurn*a) in the years ahead.

[1996]

Satya P Gautam
Jawaharlal Nehru University

℘

Reading Amarjit Chandan's Poetry
as Philosophy

Amarjit Chandan's poetry can be read as an articulation – as a phenomenology of exile – a continuous and constant concern with the experiential realm of reflections – reflections on situating one's locations, and transitions from those locations – of sojourns and movements – of journeys in the realm of imaginary consciousness – journeys through which one moves from one perspective to another – attempting to see things through.

The spatio-geographical movement or relocation which Chandan chose, offered him a new environment, a new experiential realm. In this new environment, Chandan's relation with his linguistic-cultural heritage no longer remained the same which he had lived in his intense feelings of being an outsider, an exile (a state of alienation) while living in his native land – the land of his ancestors.

The dialect which we speak, the words which we hear in our waking moments, the words which help us identify and differentiate the content of our sensory experiences, the words by which we classify and categorise the world as given/presented to us in its primordiality, the words with which we think and live – these words were living   in Chandan's memory   and   imagination but absent/missing in his everyday life in his new environment. The discomfort – an unease – of this strange vanishing of one's language – a silence in which he had to live – the suffering of not being able to hear or/and speak his language as he could, before migrating to UK – made Chandan relate with his language in a novel way – living with his language in memory and imagination – through memory and imagination. His dialect, his speech, his mother tongue – which had vanished from the practical affairs of his daily existence – was now always with him in his memory and imagination, all the time.

Chandan's poetry is an expression of his quest and struggle to articulate the silence which he experienced in his second exile. Wordlessness – a wordless silence – is an experience – a feeling – (which) can sensitise us towards two aspects of our embeddedness in language.

The first kind of wordlessness we feel in and through language, despite language – we feel it because we are creatures and creators of language. The words are with us, around us, surrounding us, words connected/linked/related with one another in their significative/signifying relationships, connected so intricately/mysteriously, entangled with one another in a seemingly convoluted manner – that we finds ourselves helpless – incapable of articulating our experiences – we have to struggle to communicate the sense that we make of the world, of our life – we find it difficult to share with others what we find full of meaning or/and value for us. Despite the words, we find ourselves speechless, wordless. Silence engulfs us. We suddenly find ourselves wordless. We have to find ways of recovering our language, reinventing it, rediscovering it.

The intensity of the experience of the second kind of wordlessness is radically different from the first kind of wordlessness. Though it is rooted in, and related to our experience and acknowledgement of the limits of language which we experience through first kind of wordlessness mentioned above, it dawns on us only in our endeavour to go beyond language, transcend the language in which we remain immersed while living our everyday life routine activities and experiences. This engagement with the limits of language – looking beyond the beginning and the end – searching the sources of the synch/connections between words, meanings and the world – brings us to an encounter with the infinite, the unbounded, the limitless, the mysterious – where the ultimate is present with us, before us, but in its silence, and in our silence – here we are with silence, in silence, witnessing a silent dialogue between sense and senselessness, between life and death, between value and worthlessness, between hope and despair.

Having experienced this silence, we return to language, in language. Having seen the richness and poverty of the constitutive relationship between language, our lived experiences of the world – and the world – which is presented to us in and through language – always remains beyond language. We keep on making efforts to capture this elusive, but not illusory, world.

Poetry helps us in our struggle to capture the wonders and mysteries of this elusive world, and makes us hope that our struggle is not futile. In this struggle, our relation with our first language is primordial and unique, constitutive and foundational. Perhaps, we need some aloofness and distance (perhaps sometimes by quirk of chance, but sometimes by choice and cultivation) from the state of immersion in our language to appreciate the richness of this relationship at a reflective level. This reflective stance has found an articulation either through poetry or through philosophy. But the best moment is the moment when poetry and philosophy become one. This unity is the achievement of Chandan's poetry. ·

[March, 2009]

Satya P Gautam (d. 2018), retired as Professor of Philosophy in Jawaharlal Nehru University and also was Vice-Chancellor of Mahatma Jyotiba Phule Rohilkhand University Bareilly, India.

•

॥ ਇਤਿ ਸ੍ਰੀ ॥